基本語力アップ！
Bump Up Your Basics! ／灵活掌握基础词汇！／Nâng cao vốn từ cơ bản!

初級から
学ぶ

日本語コロケーション

Japanese Collocations–Associative Learning for Beginners On
适合初级及以上的日语词组搭配
Tổ hợp từ tiếng Nhật dành cho học viên từ trình độ sơ cấp

くろしお出版

はじめに

　言葉は知っているけれど、それを使っていろいろなことを表すことがなかなかできない、という声を、日本語を学習する人からよく聞きます。この本は、それを解決する一つとして、コロケーション（連語）と呼ばれる表現を身につけられるように作りました。

　コロケーションとは、ある語と一緒になりやすい語とのセットです。言葉は、単語一つだけの意味を知っていても、うまく使うことはできません。たとえば「電話」。だれかに電話するときは、「電話をかける」と言います。電話が終わったら「電話を切る」。だれかが電話をかけてきた音がしたら、「電話が鳴る」。他にも電話についての言い方は、たくさんあります。こういうセットの表現を知っていると、「電話」についていろいろなことが言えるようになります。でも、辞書で調べただけでは、多くはわかりません。教科書にもあまり多く載っていません。

　そこで、この本は、コロケーション、中でも日常で役に立つ基本的なものを整理して、多く載せました。中心となる語は名詞です。初級教科書にあるような基本語で、コロケーションを多く持っているものを選びました。また、コロケーションは、比喩的・慣用的な表現でなく、実用的なものを取り上げました（日本語能力試験の基準や、コーパスを参考にしています）。そのため、初級レベルから使っていただくことができます。

　日常の中で「この名詞を使って、こんなときどう言うのかな？」と思ったら、すぐに見て使えるようになっています。また、日本語能力試験のことを考えて学習できるようにもなっています。この本を、ぜひ皆さんの日本語の活動に役立ててください。

2020 年　著者一同

Introduction

We often hear students of Japanese say that even though they know a word, they cannot use it in different ways to express what they want. I created this book with expressions that are called "collocations" to help solve this problem.

Simply put, collocations are sets of words that are commonly found together. Just knowing a word in isolation doesn't allow you to use it readily in different ways. For example, consider the word "電話." When you call someone, you might say "電話をかける." At the end of the call, you might "電話を切る." When someone calls you, you say "電話が鳴る." There are many other expressions about using "電話." Knowing this set of expressions allows you to say all kinds of things about telephoning. But if you look up telephone in the dictionary, there aren't many expressions you can use. Textbooks don't offer many expressions either.

To that end, I put together a lot of collocations of basic words for this book that are useful in daily living. The core words are nouns. I chose basic words that often appear in beginner textbooks and that have a lot of collocations. In choosing the collocations, we chose practical expressions instead of figurative or idiomatic ones. (We considered various sources in the field, as well as the standards of the Japanese-Language Proficiency Test.) So the book can be used from the beginner's level.

To the question, "I wonder how and when to use this noun," I sought those that learners can use as soon as they see it. And I sought those for practicing for the Japanese-Language Proficiency Test. In short, I hope this book helps you put your Japanese to good use.

Authors, 2020

前言

　　经常能听到日语学习者说，知道某个词，却不知道怎么用这个词去表达。这本书将通过学习词组搭配(Collocation)的方式来解决这一问题。

　　词组搭配，指的是某一词汇和常与其一起搭配使用的词汇所构成的词组。语言，要学会运用的话，只知道某一个单词单独的意思是不够的。比如说"電話(电话)"这个单词，表述给某人打电话时，会用"電話をかける(打电话)"。电话打完了会说"電話を切る(挂电话)"。听到有人打电话过来，会说"電話が鳴る(电话响了)"。除此之外，还有很多关于"電話"的表达。如果知道这些词组的表达方式，就可以说出很多关于"電話"的表述。然而，仅仅通过查字典，并不能学到多少词组搭配，一般的教科书上也不会做过多的讲述。

　　本书以名词为中心，详细地整理记述了一些日常生活中常用的基础词组搭配。严选了一些在初级教科书中出现的，且拥有多种词组搭配的基础词汇。此外，本书选用的是具有实用性的词组搭配，而并非比喻类的或惯用的短语(参考了日本语能力测试标准及语料库)。因此，适合初级以上的学习者使用。

　　在日常生活中，如果遇到不清楚"这个时候，用这个名词要怎么说？"的情况，只要翻一翻这本书就能马上进行运用。此外，本书也可用于准备日本语能力测试。希望能对您的日语学习生活有所帮助。

2020年　全体编者

LỜI NÓI ĐẦU

Nhiều học viên tiếng Nhật thường nói rằng mặc dù họ có thể hiểu được ý nghĩa từ vựng nhưng không thể ứng dụng được để thể hiện nhiều ý tưởng. Để giúp học viên có thể giải quyết được vấn đề này, chúng tôi biên soạn quyển sách này nhằm cung cấp cho học viên một giáo trình để họ có thể tự trang bị cho mình những kiến thức về tổ hợp từ (tiếng Anh: collocation, tiếng Nhật: 連合)

Collocation (tổ hợp từ) là một liên kết giữa một từ với một từ khác. Mặc dù chúng ta hiểu được ý nghĩa của từ nhưng có thể chúng ta không vận dụng được tốt. Ví dụ như từ「電話」(điện thoại). Khi chúng ta gọi điện thoại cho ai đó, chúng ta nói「電話をかける」. Khi chúng ta điện thoại xong, chúng ta nói「電話を切る」. Khi ai đó gọi điện thoại đến và điện thoại reo lên thì chúng ta nói「電話が鳴る」. Những cách nói liên quan đến điện thoại thì còn rất nhiều. Vì vậy, khi chúng ta biết được những tổ hợp từ thì chúng ta có thể thể hiện được nhiều ý tưởng về điện thoại. Nhưng chỉ dò từ điển thì nhiều cái không biết được, trong sách giáo khoa thì không có nhiều.

Do đó, nhóm tác giả đã soạn quyển sách này với mục đích tổng hợp những tổ hợp từ căn bản rất hữu ích trong giao tiếp thường ngày. Nhóm "từ" trung tâm là danh từ. Chúng tôi đã chọn ra những từ vựng cơ bản, có kết hợp với nhiều từ ngữ khác làm nên những tổ hợp từ trong các giáo trình sơ cấp. Các tổ hợp trong giáo trình này được lựa chọn từ những tổ hợp từ thông dụng, không phải là những thành ngữ hay tổ hợp ngữ ẩn dụ (chúng tôi lựa chọn dựa vào tiêu chuẩn kỳ thi năng lực Nhật ngữ và kho ngữ liệu (corpus). Vì vậy, những học viên từ trình độ sơ cấp có thể sử dụng được giáo trình này.

Trong giao tiếp hằng ngày, khi chúng ta phân vân "sử dụng danh từ này trong trường hợp như thế này thì nói thế nào?" thì hãy tham khảo giáo trình này và ứng dụng liền. Ngoài ra có thể dùng giáo trình này cho việc học thi năng lực Nhật ngữ. Mong giáo trình này sẽ là công cụ tốt giúp ích cho việc học tiếng Nhật của các bạn.

Năm 2020, nhóm tác giả

もくじ　Contents / 目录 /Mục lục

---

1 衣… P16
Article of clothing
着装
(Y) y phục, ăn mặc

2 食… P28
Food
饮食
(THỰC) ăn uống

3 住… P38
Living
住宿
(TRÚ) ở, sống

5

■本書の特徴

1. コロケーションは、「衣」「食」「住」…などのカテゴリーに分かれています。

2. 左ページは、名詞を使ったコロケーションのグループ図です。その名詞にどんなコロケーションがあるか、全体のイメージを見ることができます。それぞれ、英語・中国語・ベトナム語の訳がついています。名詞には、日本語能力試験のレベルの目安が示してあります。

3. 右ページは、それぞれのコロケーションを使った例文です。実際に、そのコロケーションをどう使ったらいいかがわかります。ここにも、英語・中国語・ベトナム語の訳がついています。

4. 各カテゴリーの最後には、使い方を確かめる「確認問題」があります。

■本書の使い方

❶ 左ページでは、コロケーションのグループ全体を確認します。

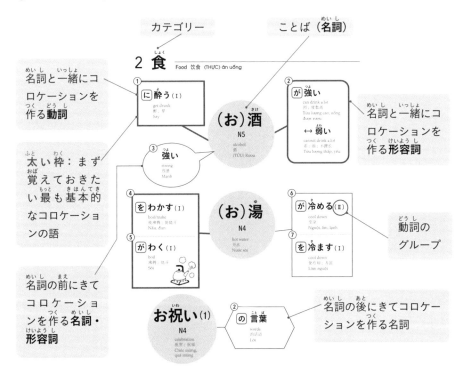

8

❷右ページでは、例文で一つ一つのコロケーションの使い方を確かめます。右ページは、赤いシートを使うとコロケーション部分が消えるので、訳を見ながらコロケーションを覚えていく練習ができます。

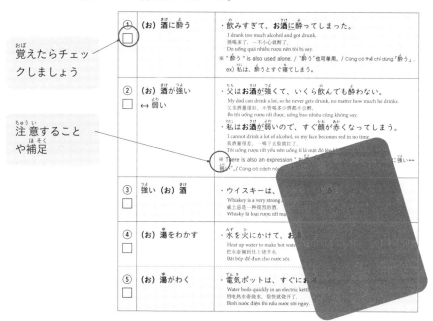

覚えたらチェックしましょう

注意することや補足

① □	（お）酒に酔う	・飲みすぎて、お酒に酔ってしまった。 I drank too much alcohol and got drunk. 酒喝多了，一不小心就醉了。 Do uống quá nhiều rượu nên tôi bị say. ※ "酔う" is also used alone. / "酔う"也可単用。/ Cũng có thể chỉ dùng「酔う」. ex）私は、酔うとすぐ寝てしまう。
② □	（お）酒が強い ↔ 弱い	・父はお酒が強くて、いくら飲んでも酔わない。 My dad can drink a lot, so he never gets drunk, no matter how much he drinks. 父亲酒量很大，不管喝多少酒都不会醉。 Ba tôi uống rượu rất được, uống bao nhiêu cũng không say. ・私はお酒が弱いので、すぐ顔が赤くなってしまう。 I cannot drink a lot of alcohol, so my face becomes red in no time. 我酒量很差，一喝下去脸就红了。 Tôi uống rượu rất yếu nên uống tí là mặt đỏ lên ngay. ※ There is also an expression "□□ ...強い↔ 弱い". / Cũng có cách nói
③ □	強い（お）酒	・ウイスキーは、□□□□ お酒 Whiskey is a very strong 威士忌是一种烈烈的酒。 Whisky là loại rượu rất mạ
④ □	（お）湯をわかす	・水を火にかけて、お□□□ Heat up water to make hot water 把水壶搁到灶上烧开水。 Bắt bếp để đun cho nước sôi.
⑤ □	（お）湯がわく	・電気ポットは、すぐにお□ Water boils quickly in an electric kettle 用电热水壶烧水，很快就烧开了。 Bình nước điện thì nấu nước sôi ngay.

❸「確認問題」でその課のコロケーション表現が身についているか確かめます。テスト形式になっているので、コロケーションの整理・確認、また、日本語能力試験の準備にも使えます。

■凡例

表示・記号	意味	例
［○○］［△△］	入れ替え可能な言葉	［服］［シャツ］を着る
［車／自動車］	類義語	｛車／自動車｝をぶつける
⇔	対義語	↔ 脱ぐ
（Ⅰ）（Ⅱ）（Ⅲ）	動詞のグループ	
N5、N4、N3、N2	日本語能力試験（JLPT）のレベル	
※	注（補足情報）	
◀))	音声	

音声ダウンロード
https://www.9640.jp/books_841/

9

■ Features of this Textbook

1 Collections are divided into categories, such as clothes, food, living, etc.

2. The left page is a grouping of collocations of words used with nouns. You can see what kind of collocations there are with a noun and get an overall image. There are also translations in English, Chinese and Vietnamese. The level of nouns is also indicated in terms of the Japanese Proficiency Test.

3. The right page provides example sentences that use each of the collocations. This allows the student to understand how those collocations are actually used. There are translation in English, Chinese and Vietnamese too.

4. Check questions are provided at the end of each category to confirm how to use the content.

■ How to Use this Book

❶ Check the overall grouping of collocations on the left page.

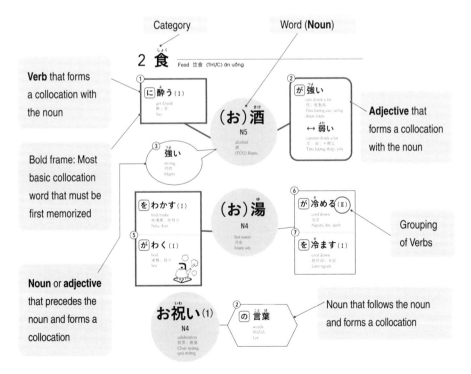

❷The right page allows learners to confirm how to use collocations one by one via sample sentences. Using a red plastic sheet makes the collocation part disappear, facilitating practice in remembering collocations while seeing the translation.

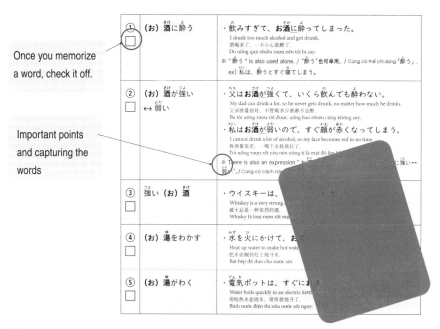

Once you memorize a word, check it off.

Important points and capturing the words

① □	（お）酒に酔う	・飲みすぎて、**お酒に酔って**しまった。 I drank too much alcohol and got drunk. 酒喝多了，一不小心就醉了。 Do uống quá nhiều rượu nên tôi bị say. ※ "酔う" is also used alone. / "酔う"也可单用。/ Cũng có thể chỉ dùng「酔う」. ex) 私は、酔うとすぐ寝てしまう。
② □	（お）酒が強い ↔ 弱い	・父は**お酒が強くて**、いくら飲んでも酔わない。 My dad can drink a lot, so he never gets drunk, no matter how much he drinks. 父亲酒量很好，不管喝多少酒都不会醉。 Ba tôi uống rượu rất giỏi, uống bao nhiêu cũng không say. ・私は**お酒が弱い**ので、すぐ顔が赤くなってしまう。 I cannot drink a lot of alcohol, so my face becomes red in no time. 我酒量很差，一喝下去脸就红了。 Tôi uống rượu rất yếu nên uống tí là mặt đỏ lên rồi. ※ There is also an expression "お〇〇〇〇〇〇〇〇が強い↔弱い". / Cũng có cách nói〇〇〇.
③ □	強い（お）酒	・ウイスキーは、〇〇〇〇〇〇〇〇〇〇。 Whiskey is a very strong 〇〇. 威士忌是一种很烈的酒。 Whisky là loại rượu rất ma〇〇
④ □	（お）湯をわかす	・水を火にかけて、**お〇〇**。 Heat up water to make hot wate〇 把水壶搁到灶上烧开水。 Bật bếp để đun cho nước sôi.
⑤ □	（お）湯がわく	・電気ポットは、すぐに**お〇〇** Water boils quickly in an electric kettl〇 用电热水壶烧水，很快就烧开了。 Bình nước điện thì nấu nước sôi ngay.

❸Confirm whether you have mastered collocation expressions in that section via "確認問題 (check questions)." As it is in a test format, it allows organizing and checking collocations, as well as preparing for the Japanese Proficiency Test.

■ Usage Guide

Display/Symbol	Meaning	Example
［○○］［△△］	Interchangeable Words	［服］［シャツ］を着る
［車／自動車］	Synonyms	［車／自動車］をぶつける
↔	Antonyms	↔ 脱ぐ
（Ⅰ）（Ⅱ）（Ⅲ）	Grouping of Verbs	
N5、N4、N3、N2	Japanese Language Proficiency Test Level	
※	Notes (Capture Information)	
🔊»	Audio	

Download Audio
https://www.9640.jp/books_841/

■本书的特点

1. 词组搭配，是按照"衣""食""住"……等类别来进行分类整合的。

2. 左侧页面所示的是名词的词组搭配的示意图。通过图片，可以从整体上把握这些名词都有哪些词组搭配。每个词组都配有英文、中文、越南语的翻译。每个名词都标注了其相应的日语能力考试难度等级。

3. 右侧页面所示的为使用了各词组搭配的相应例句。可了解具体如何使用该词组。此处也标注了英文、中文、越南语的翻译。

4. 在各个类别的最后，设有巩固题，以巩固确认各词组的用法。

■本书的用法

❶ 通过左侧页面的内容，从整体上确认各组所示的词组搭配。

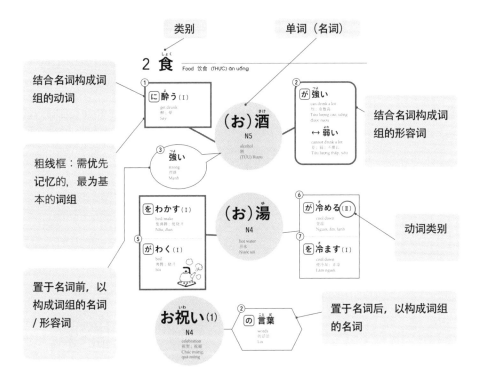

❷ 通过右侧页面的内容, 逐个确认各个词组的用法。用红色透卡隐去词组的部分后,
可通过只看译文, 来练习并记忆词组。

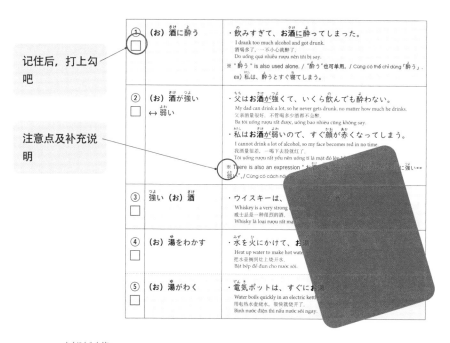

记住后, 打上勾
吧

注意点及补充说
明

① ☐	(お) 酒に酔う	・飲みすぎて、**お酒に酔って**しまった。 I drank too much alcohol and got drunk. 酒喝多了，一不小心就醉了。 Do uống quá nhiều rượu nên tôi bị say. ※ "酔う" is also used alone. / "酔う"也可单用。/ Cũng có thể chỉ dùng 「酔う」. ex) 私は、酔うとすぐ寝てしまう。
② ☐	(お) 酒が強い ↔ 弱い	・父は**お酒が強くて**、いくら飲んでも酔わない。 My dad can drink a lot, so he never gets drunk, no matter how much he drinks. 父亲酒量很好，不管喝多少酒都不会醉。 Ba tôi uống rượu rất giỏi được, uống bao nhiêu cũng không say. ・私は**お酒が弱い**ので、すぐ顔が赤くなってしまう。 I cannot drink a lot of alcohol, so my face becomes red in no time 我酒量很差，一喝下去脸就红了。 Tôi uống rượu rất yếu nên uống tí là mặt đỏ lên liền. ※ There is also an expression "お酒に強い↔お酒に弱い". / Cũng có cách nói...
③ ☐	強い (お) 酒	・ウイスキーは、... Whiskey is a very strong ... 威士忌是一种很烈的酒。 Whisky là loại rượu rất ma...
④ ☐	(お) 湯をわかす	・水を火にかけて、お湯... Heat up water to make hot water... 把水壶搁到灶上烧开水。 Bắt bếp để đun cho nước sôi.
⑤ ☐	(お) 湯がわく	・電気ポットは、すぐにお湯... Water boils quickly in an electric kettle... 用电热水壶烧水，很快就烧开了。 Bình nước điện thì nấu nước sôi ngay.

❸ 通过 "確認問題 (巩固题)" 来确认是否掌握了本课的词组。题目是以考试的形
式给出的, 因此可用于词组的整理与巩固, 也可用于准备日语能力考试。

■凡例

标识 / 记号	意思	示例
[〇〇] [△△]	可替换的表达	[服][シャツ] を着る
[車／自動車]	近义词	{車／自動車} をぶつける
↔	反义词	↔ 脱ぐ
(I) (II) (III)	动词类别	
N5、N4、N3、N2	日语能力考试（JLPT）的等级	
※	注（补充信息）	音频下载 https://www.9640.jp/books_841/
◀))	语音	

■ Đặc trưng của giáo trình

1. Collocation (sự kết hợp từ tự nhiên hay tổ hợp từ) được chia thành từng chủ đề như "Ăn", "Mặc", "Ở"...

2. Phần trang bên trái là nhóm sơ đồ collocation sử dụng danh từ. Chúng ta có thể có cái nhìn tổng thể những danh từ đó thường được kết hợp như thế nào trong tổ hợp. Từng tổ hợp đều có dịch sang tiếng Anh, Trung, Việt. Từng danh từ có thể hiện trình độ trong kỳ thi năng lực tiếng Nhật.

3. Phần trang bên phải là những ví dụ sử dụng những tổ hợp từ đó. Chúng ta biết được những tổ hợp đó được sử dụng như thế nào. Ở phần này cũng có dịch sang tiếng Anh, Trung, Việt.

4. Ở cuối mỗi chủ đề có phần「確認問題」(bài tập ứng dụng) để kiểm tra cách sử dụng.

■ Cách sử dụng giáo trình này

❶ Phần trang bên trái, có thể xem được toàn diện nhóm tổ hợp.

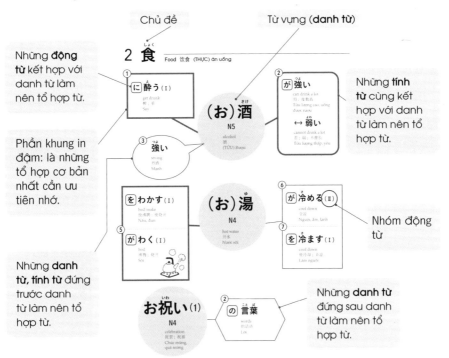

❷ Trang bên phải là phần ứng dụng cách dùng của tổ hợp trong từng câu ví dụ. Nếu dùng tấm nhựa trong màu đỏ để che thì phần tổ hợp sẽ không thấy, khi đó có thể luyện tập bằng cách đọc phần dịch để nhớ các tổ hợp.

Sau khi đã nhớ thì hãy

Những chú ý và bổ sung

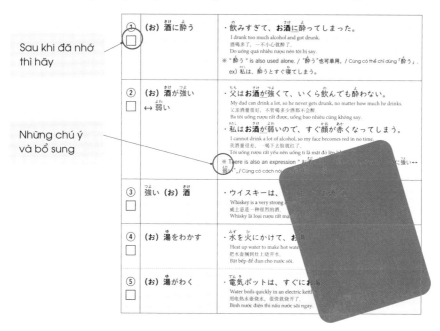

❸ 「確認問題」 (Bài tập ứng dụng) là phần để kiểm tra mức độ tiếp thu những tổ hợp trong bài. Hình thức giống bài kiểm tra nên có thể dùng trong việc tổng hợp, vận dụng, hay chuẩn bị cho kỳ thi năng lực Nhật ngữ.

■ Chú thích

Chú thích	Diễn đạt · Ký hiệu	Ví dụ
[○○] [△△]	Những từ có thể thay thế	【服】【シャツ】を着る
〔車／自動車〕	Từ cùng nghĩa	〔車／自動車〕をぶつける
↔	Từ trái nghĩa	↔ 脱ぐ
(Ⅰ) (Ⅱ) (Ⅲ)	Nhóm động từ	
N5、N4、N3、N2	Trình độ trong kỳ thi năng lực Nhật ngữ (JLPT)	
※	Chú thích (thông tin bổ sung)	
🔊))	Âm thanh	

Tải file âm thanh
https://www.9640.jp/books_841/

1 衣

Article of clothing　着装　(Y) y phục, ăn mặc

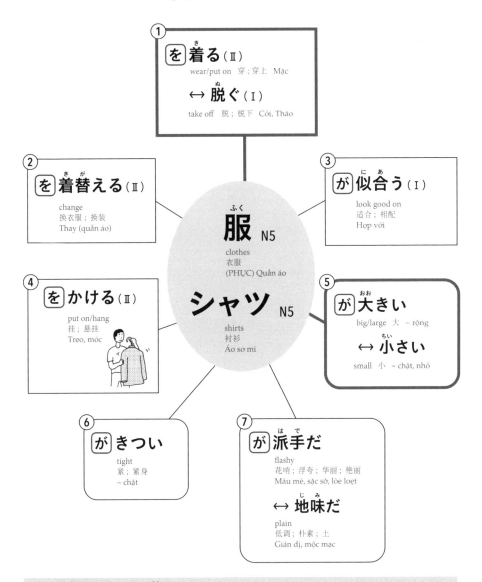

①

を 着る（Ⅱ）

wear/put on　穿；穿上　Mặc

↔ 脱ぐ（Ⅰ）

take off　脱；脱下　Cởi, Tháo

②

を 着替える（Ⅱ）

change
换衣服；换装
Thay (quần áo)

③

が 似合う（Ⅰ）

look good on
适合；相配
Hợp với

④

を かける（Ⅱ）

put on/hang
挂；悬挂
Treo, móc

服 N5

clothes
衣服
(PHỤC) Quần áo

シャツ N5

shirts
衬衫
Áo sơ mi

⑤

が 大きい

big/large　大　～ rộng

↔ 小さい

small　小　～ chật, nhỏ

⑥

が きつい

tight
紧；紧身
～ chật

⑦

が 派手だ

flashy
花哨；浮夸；华丽；艳丽
Màu mè, sặc sỡ, lòe loẹt

↔ 地味だ

plain
低调；朴素；土
Giản dị, mộc mạc

※ ③、⑤～⑦ apply not just to［服］［シャツ］, but for everything that we put on our body, and comes in different sizes (such as pants, skirts, shoes, hat/caps, gloves and glasses.)

③、⑤～⑦除了［服］［シャツ］之外，也适用于其他可穿戴的有尺码的物品（裤子、裙子、鞋子、帽子、手套、眼镜等）。

③、⑤～⑦ không chỉ dùng cho［服］［シャツ］mà những gì có kích cỡ dùng để mặc hoặc đeo lên người thì đều có thể dùng được (quần, váy, giày, nón, bao tay, mắt kiếng).

🔊 A-1

① [服][シャツ]を着る ↔ 脱ぐ	・新しい[服][シャツ]を着て、デートに出かけた。 I wore new [clothes] [shirt] to go out on a date. 我穿上新[衣服][衬衫], 出门去约会。 Tôi mặc [quần áo] [áo sơ mi] mới đi hẹn hò. ・うちに帰ると、まず服を脱いでゆっくりする。 When I get home, first I take off my clothes and then relax. 一回到家, 我要先把衣服脱了歇一会儿。 Về đến nhà thì việc đầu tiên tôi cởi quần áo ra rồi nghỉ ngơi.
② [服][シャツ] を着替える	・汗をかいたので、[服][シャツ]を着替えた。 As I was sweaty, I changed my [clothes] [shirt]. 因为出汗了, 我就把[衣服][衬衫]换了。 Vì đổ mồ hôi nhiều nên tôi thay [quần áo] [áo sơ mi]. ※ Another expression is "～に着替える"／另一种说法是"～に着替える"。／ Cũng có cách nói「～に着替える」. ex) パジャマに着替えて寝る。
③ [服][シャツ] が似合う	・私は、黄色の[服][シャツ]が似合う。青は似合わない。 Yellow [clothes] [shirts] look good on me. Blue doesn't look good on me. 我适合穿黄色的[衣服][衬衫], 不适合穿蓝色的。 Tôi hợp với [quần áo] [áo sơ mi] màu vàng. Màu xanh thì không hợp. ※ Another expression is "～に似合う"。／另一种说法是"～に似合う"。／ Cũng có cách nói「～に似合う」. ex) この服は私によく似合う。
④ [服][シャツ] をかける	・ハンガーに[服][シャツ]をかけた。 I put my [clothes] [shirt] on a hanger. I hang my shirts on hangers. 我把衣服挂到了衣架上。 Tôi đã treo [quần áo] [áo sơ mi] lên trên móc áo.
⑤ [服][シャツ] が大きい ↔ 小さい	・買った[服][シャツ]が大きかったので、少し小さいのに代えてもらった。 The [clothes] [shirt] I bought were too big, so I changed it for a smaller one. 买的[衣服][衬衫]大了, 让店员换了小一些的。 [Quần áo] [áo sơ mi] tôi mua thì rộng quá nên tôi đã đổi lấy cái nhỏ hơn. ・子どもの背が伸びて、服が小さくなった。 As the child got taller, his clothes became too small. 孩子长高了, 衣服变小了。 Trẻ con thì mau lớn nên quần áo mau chật.
⑥ [服][シャツ] がきつい	・太ったので、[服][シャツ]がきつくなった。 Because I gained weight, my [clothes] [shirt] became tight. 我因为长胖了, [衣服][衬衫]都变紧了。 Vì mập ra nên [quần áo] [áo sơ mi] trở nên chật.
⑦ [服][シャツ] が派手だ ↔ 地味だ	・[服][シャツ]が派手すぎて、仕事に着て行けない。 The [clothes] [shirt] are too flashy to wear to work. 这个[衣服][衬衫]太花哨了, 不能上班的时候穿。 [Quần áo] [áo sơ mi] thì sặc sỡ quá nên không thể mặc đi làm. ・パーティーに着て行く服が地味なので、きれいなアクセサリーをつけた。 The clothes I was going to wear to the party were plain, so I put on a pretty accessory. 穿去参加派对的衣服有些素, 我就戴了漂亮的首饰来点缀。 Quần áo này mặc đi dự tiệc thì quá giản dị nên tôi đã đeo thêm trang sức đẹp.

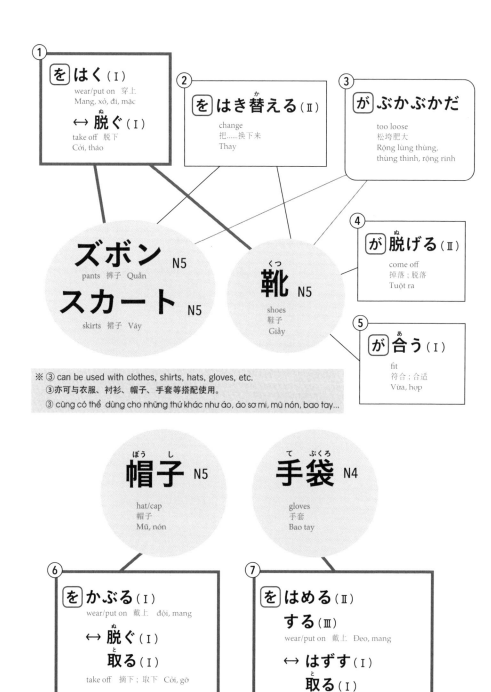

① を はく（Ⅰ）
wear/put on 穿上
Mang, xỏ, đi, mặc
↔ 脱ぐ（Ⅰ）
take off 脱下
Cởi, tháo

② を はき替える（Ⅱ）
change
把……换下来
Thay

③ が ぶかぶかだ
too loose
松垮肥大
Rộng lùng thùng,
thùng thình, rộng rinh

ズボン N5
pants 裤子 Quần
スカート N5
skirts 裙子 Váy

靴 N5
shoes
鞋子
Giày

④ が 脱げる（Ⅱ）
come off
掉落；脱落
Tuột ra

⑤ が 合う（Ⅰ）
fit
符合；合适
Vừa, hợp

※ ③ can be used with clothes, shirts, hats, gloves, etc.
③亦可与衣服、衬衫、帽子、手套等搭配使用。
③ cũng có thể dùng cho những thứ khác như áo, áo sơ mi, mũ nón, bao tay...

帽子 N5
hat/cap
帽子
Mũ, nón

手袋 N4
gloves
手套
Bao tay

⑥ を かぶる（Ⅰ）
wear/put on 戴上 đội, mang
↔ 脱ぐ（Ⅰ）
取る（Ⅰ）
take off 摘下；取下 Cởi, gỡ

⑦ を はめる（Ⅱ）
する（Ⅲ）
wear/put on 戴上 Đeo, mang
↔ はずす（Ⅰ）
取る（Ⅰ）
take off 摘下；取下 Cởi, gỡ, tháo

18

① ☐	[ズボン][スカート] [靴]をはく ↔ 脱ぐ	・今日は寒いから、暖かい[ズボン][スカート][靴]をはこう。 It is cold today, so let's put on a warm [(pair of) pants][skirt][(pair of)shoes]. 今天有点冷，就穿保暖的 裤子][裙子][鞋子 吧。 Hôm nay trời lạnh nên tôi mặc [quần] [váy], mang [giày] ấm. ・日本の家は、靴を脱いで入る。 In Japan, we take off our shoes before entering a house. 在日本，进人家里要脱鞋。 Nhà của Nhật Bản thì phải cởi giày khi bước vào.
② ☐	[ズボン][スカート] [靴]をはき替える	・汚れていたので、[ズボン][スカート][靴]をはき替えて出かけた。 Because it was dirty, I changed my [clothes][skirt][shoes] and went out. 我把弄脏的 裤子][裙子][鞋子]换了之后出了门。 Vì [quần] [váy], [giày] dơ nên tôi thay đồ mới rồi mới đi ra ngoài. ※ Another expression is " 〜にはき替える ". ／另一种说法是"〜にはき替える"。 ／ Cũng có cách nói「〜にはき替える」。 ex) 汚れていたので、きれいな靴にはき替えた。
③ ☐	[ズボン][スカート] [靴]がぶかぶかだ	・やせたら、[ズボン][スカート]がぶかぶかになった。 I lost some weight, and my [pants][skirt] became too loose. 瘦下来之后，[裤子][裙子]变得松松垮垮的。 Khi gầy đi thì [quần] [váy]trở nên rộng thùng thình. ・私の足のサイズは21cmなので、23cmの靴がぶかぶかだ。 My feet are 21cm in size, so 23 cm shoes are too loose on my feet. 我的脚是21cm，穿23cm 的鞋子太松了。 Kích thước chân tôi là 21 cm nên đi giày số 23 cm thì rộng rinh.
④ ☐	靴が脱げる	・走っていたら、靴が脱げてしまった。 My shoes came off while I was running. 跑着跑着，鞋子掉了。 Khi chạy, giày bị tuột ra.
⑤ ☐	靴が合う	・靴が合わなかったので、長い時間歩いて足が疲れた。 My shoes didn't fit me, so my feet got tired after a long walk. 因为鞋子不合脚，走的时间长了脚很累。 Giày không vừa nên đi lâu chân bị đau.
⑥ ☐	帽子をかぶる ↔ {脱ぐ／取る}	・夏に出かけるときは、いつも帽子をかぶる。 I always wear my hat when going out during the summer. 我夏天出门的时候都要戴帽子。 Mùa hè khi đi ra đường lúc nào tôi cũng đội nón. ・帽子を{脱いで／取って}、先生にあいさつした。 I {took off} my hat and greeted my teacher. 我摘下帽子，向老师问了好。 Tôi gỡ nón chào giáo viên.
⑦ ☐	手袋を{はめる／する} ↔ {はずす／取る}	・手が冷たいので、手袋を{はめ／し}て出かけた。 I {put on/wore} gloves when I went out, as my hands were cold. 因为手太冰了，我出门的时候戴了手套。 Vì tay lạnh nên tôi đeo bao tay khi ra ngoài. ・スマホを使うときは、手袋を{はずし／取っ}たほうがいい。 When using a smartphone, it is better to {take off} your gloves. 用智能手机的时候，把手套摘了比较好。 Nên tháo bao tay ra khi dùng điện thoại di động.

1 衣
2 食
3 住
4 交通
5 学校
6 仕事
7 お金・買い物
8 情報・通信

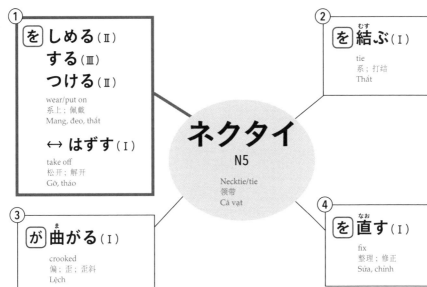

1

を しめる（Ⅱ）
する（Ⅲ）
つける（Ⅱ）

wear/put on
系上；佩戴
Mang, đeo, thắt

↔ はずす（Ⅰ）

take off
松开；解开
Gờ, tháo

2

を 結ぶ（Ⅰ）

tie
系；打结
Thắt

ネクタイ

N5

Necktie/tie
领带
Cà vạt

3

が 曲がる（Ⅰ）

crooked
偏；歪；歪斜
Lệch

4

を 直す（Ⅰ）

fix
整理；修正
Sửa, chỉnh

指輪

N4

ring
戒指
Nhẫn

5

を はめる（Ⅱ）
つける（Ⅱ）
する（Ⅲ）

wear/put on
戴上
Đeo, mang

↔ はずす（Ⅰ）

take off
取下；摘下
Tháo, gỡ

6

が はまる（Ⅰ）

fit
吻合；正合适
vừa, lọt vào

アクセサリー

N4

accessories 首饰 Trang sức

7

を つける（Ⅱ）
する（Ⅲ）

wear/put on
戴；佩戴
Mang, đeo

↔ はずす（Ⅰ）

take off
取下；摘下
Tháo, gỡ

🔊 **A-3**

① ☐	ネクタイを{しめる／する／つける} ↔ はずす	・今日はネクタイを{しめ／し／つけ}て、会社に行った。 I {put on} a tie before going to the company today. 我今天是系着领带去的公司。 Hôm nay tôi thắt cà vạt đến công ty. ・首が苦しかったので、ネクタイをはずした。 I took off my tie as it was too tight around my neck. 脖子太难受了，我就把领带解了。 Vì cổ khó chịu nên tôi tháo cà vạt.
② ☐	ネクタイを結ぶ	・息子は、ネクタイを結ぶのが下手だ。 My son is not good at tying a tie. 我儿子不太会系领带。 Con trai tôi không giỏi thắt cà vạt.
③ ☐	ネクタイが曲がる	・ネクタイが曲がっていないかどうか、鏡でチェックした。 I checked in the mirror to see if my tie was crooked or not. 我对着镜子查看了一下领带有没有歪。 Tôi xem gương để kiểm tra xem cà vạt có bị lệch không.
④ ☐	ネクタイを直す	・曲がったネクタイを直した。 I fixed my tie as it was crooked. 我正了正歪掉的领带。 Tôi chỉnh lại cà vạt bị lệch.
⑤ ☐	指輪を{はめる／つける／する} ↔ はずす	・結婚している人の多くは、指輪を{はめ／つけ／し}ている。 Many married people {wear} a ring. 大多数结了婚的人都戴着婚戒。 Đa phần người đã kết hôn thì thường đeo nhẫn. ・料理をするときは、いつも指輪をはずす。 When I cook, I always take off my ring. 我在做菜的时候都会把戒指摘下来。 Khi nấu ăn tôi thường tháo nhẫn ra.
⑥ ☐	指輪がはまる	・太ったせいで、昔買った指輪がはまらなくなってしまった。 As I gained some weight, the ring I bought a long time ago doesn't fit me anymore. 因为长胖了，以前买的戒指都戴不上了。 Vì do mập ra nên nhẫn ngày xưa tôi mua đeo không vừa nữa.
⑦ ☐	アクセサリーを{つける／する} ↔ はずす	・地味な服には、アクセサリーを{つける／する}といい。 Wearing accessories makes plain clothes look nicer. 朴素的衣服可以通过佩戴首饰来增色。 Quần áo giản dị thì nên đeo thêm trang sức. ・外から帰って、まず全部アクセサリーをはずした。 When I got back from going out, the first thing I did was take off all my accessories. 从外面回来之后的第一件事就是把首饰全部取了下来。 Về đến nhà thì tôi tháo hết trang sức ra.

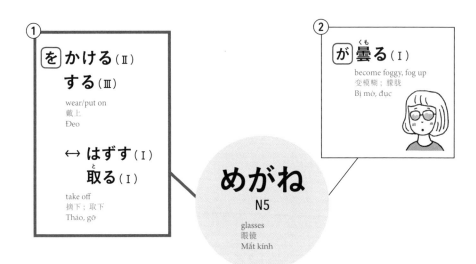

①

を かける（Ⅱ）
する（Ⅲ）
wear/put on
戴上
Đeo

↔ はずす（Ⅰ）
取る（Ⅰ）
take off
摘下；取下
Tháo, gỡ

②

が 曇る（Ⅰ）
become foggy, fog up
变模糊；朦胧
Bị mờ, đục

めがね
N5
glasses
眼镜
Mắt kính

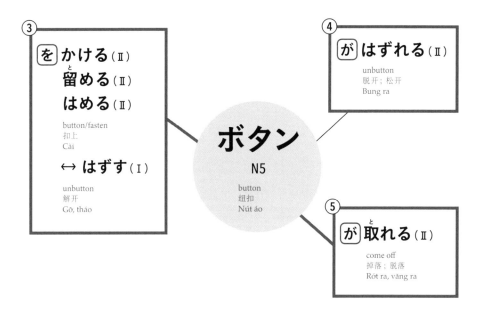

③

を かける（Ⅱ）
留める（Ⅱ）
はめる（Ⅱ）
button/fasten
扣上
Cài

↔ はずす（Ⅰ）
unbutton
解开
Gỡ, tháo

④

が はずれる（Ⅱ）
unbutton
脱开；松开
Bung ra

ボタン
N5
button
纽扣
Nút áo

⑤

が 取れる（Ⅱ）
come off
掉落；脱落
Rớt ra, văng ra

🔊 A-4

① ☐	めがね を{かける／する} ↔ {はずす／取る}	・目が悪いので、**めがね**を{かけ／し}なければ運転ができない。 My eyesight is bad, so I can't drive unless I {wear/put on} my glasses. 因为我视力不好，不戴眼镜就没办法开车。 Vì mắt không tốt nên nếu không đeo mắt kính thì không lái xe được. ・**めがね**を{はずす／取る}のを忘れてお風呂に入ってしまった。 I forgot to {take off} my glasses when I took a bath. 泡澡的时候忘记把眼镜摘下来了。 Tôi tắm mà quên tháo mất kính ra.
② ☐	めがねが曇る	・ラーメンを食べていたら、湯気で**めがね**が曇った。 My glasses fogged up as I was eating ramen. 吃拉面的时候眼镜因为热气起雾了。 Khi ăn ramen, mắt kính của tôi bị mờ do hơi nước.
③ ☐	ボタンを{かける／ 留める／はめる} ↔ はずす	・きちんと**ボタン**を{かけ／留め／はめ}てシャツを着た。 I made sure to {button/fasten (the buttons)} when I put on my shirt. 我穿上了衬衫并仔细扣好了扣子。 Tôi mặc áo sơ mi cài kỹ nút áo. ※ The intransitive verb for " はめる " is まる(I) "./ "はめる"的自动词是"はまる(I)"./ Tự động từ của「はめる」là「はまる(I)」. ex) おなかが出ていて、ズボンの**ボタン**がはまらない。 ・暑いので、上着の**ボタン**をはずした。 I unbuttoned my jacket because it was hot. 太热了，我就把外套的扣子解开了。 Vì trời nóng nên tôi cởi nút áo khoác ngoài ra.
④ ☐	ボタンがはずれる	・ズボンの**ボタン**がはずれているのに気づかなかった。 I didn't notice that my pants were unbuttoned. 我没有注意到自己裤子的扣子开了。 Nút quần bị bung ra mà tôi không để ý.
⑤ ☐	ボタンが取れる	・糸が切れて、シャツの**ボタン**が取れた。 The thread was cut, so the button of my shirt came off. 因为线断了，衬衫上的扣子掉了。 Chỉ bị đứt nên nút áo sơ mi bị rớt ra.

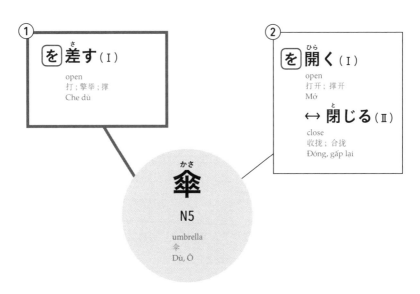

① を差(さ)す（Ⅰ）
open
打；擎举；撑
Che dù

② を開(ひら)く（Ⅰ）
open
打开；撑开
Mở

↔ 閉(と)じる（Ⅱ）
close
收拢；合拢
Đóng, gấp lại

傘(かさ)
N5
umbrella
伞
Dù, Ô

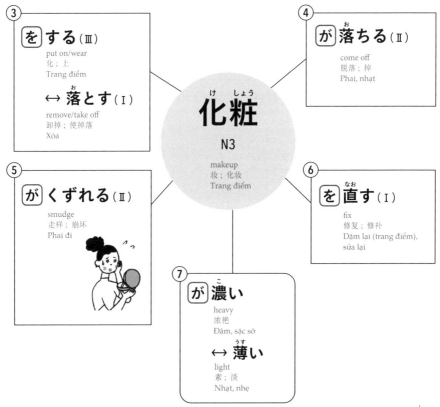

③ をする（Ⅲ）
put on/wear
化；上
Trang điểm

↔ 落(お)とす（Ⅰ）
remove/take off
卸掉；使掉落
Xóa

④ が落(お)ちる（Ⅱ）
come off
脱落；掉
Phai, nhạt

化粧(けしょう)
N3
makeup
妆；化妆
Trang điểm

⑤ がくずれる（Ⅱ）
smudge
走样；崩坏
Phai đi

⑥ を直(なお)す（Ⅰ）
fix
修复；修补
Dặm lại (trang điểm),
sửa lại

⑦ が濃(こ)い
heavy
浓艳
Đậm, sặc sỡ

↔ 薄(うす)い
light
素；淡
Nhạt, nhẹ

🔊))) A-5

① ☐	傘を差す	・雨が降ってきたので、傘を差した。 I opened my umbrella, as it started to rain. 下雨了，我撑起了伞。 Vì trời mưa nên tôi che dù.
② ☐	傘を開く ↔ 閉じる	・傘売り場で、傘を開いて形や色を見た。 I looked at the shape and colors of the umbrellas by opening and closing them in the umbrella section. 在卖伞的地方，我把伞撑开来，看了看形状和花色。 Ở cửa hàng bán dù, tôi mở dù ra xem màu sắc và hình dáng. ・差していた傘を閉じて、バスに乗った。 I closed my open umbrella before getting on the bus. 我把伞收了上了公交车。 Tôi đóng dù đang che lại và bước lên xe buýt.
③ ☐	化粧をする ↔ 落とす	・私は、あまり化粧をしない。 I don't wear very much makeup. 我不怎么化妆。 Tôi thì không thường trang điểm. ・うちに帰って、化粧を落としてから、顔を洗った。 I went home, took off my makeup and washed my face. 回家后，我卸了妆之后洗了脸。 Khi về nhà, tôi xóa trang điểm đi rồi rửa mặt.
④ ☐	化粧が落ちる	・時間が経って、ほとんど化粧が落ちてしまった。 Most of my makeup came off over time. 带妆时间长了，妆也脱得差不多了。 Thời gian làm cho lớp trang điểm phai đi.
⑤ ☐	化粧がくずれる	・汗をかくと、化粧がくずれやすくなる。 Makeup is prone to smudging when one sweats. 一出汗，妆就容易花。 Đổ mồ hôi, phấn trang điểm bị phai đi.
⑥ ☐	化粧を直す	・化粧がくずれたので、会社のトイレで化粧を直した。 My makeup got smudged, so I fixed it in the bathroom at my company. 妆花了，我去公司的洗手间补了妆。 Lớp trang điểm bị phai đi nên tôi vào nhà vệ sinh công ty trang điểm lại.
⑦ ☐	化粧が濃い ↔ 薄い	・パーティーに来た友だちは、いつもより化粧が濃かった。 My friends who came to the party were wearing heavier makeup than usual. 来参加派对的朋友们，化的妆比平时都要浓。 Bạn tôi đến dự tiệc ai cũng trang điểm đậm hơn bình thường. ・彼女は、化粧が薄くても、とてもきれいだ。 She looks very beautiful, even with light makeup. 她就算化淡妆，也很漂亮。 Bạn gái tôi dù trang điểm nhẹ thôi nhưng cũng rất đẹp.

1 （　）に右（みぎ）と反対（はんたい）の意味（いみ）の言葉（ことば）を入（い）れなさい。

① シャツを （　　　　　　　　） ↔ 脱（ぬ）ぐ

② ズボンを （　　　　　　　　） ↔ 脱（ぬ）ぐ

③ 靴（くつ）を　　（　　　　　　　　） ↔ 脱（ぬ）ぐ

④ 帽子（ぼうし）を　　（　　　　　　　　） ↔ 脱（ぬ）ぐ／取（と）る

2 「〜をする」という形（かたち）にできる言葉（ことば）に全部（ぜんぶ）○をつけなさい。

手袋（てぶくろ）　めがね　指輪（ゆびわ）　アクセサリー　ネクタイ　ボタン　化粧（けしょう）　傘（かさ）

3 一緒（いっしょ）に使（つか）う言葉（ことば）を ［　　］から全部（ぜんぶ）選（えら）んで○をつけなさい。

① ネクタイを　　　［ しめる　結（むす）ぶ　直（なお）す　開（ひら）く　はずす ］

② ボタンを　　　　［ はめる　留（と）める　かける　開（ひら）く　はずす ］

③ 化粧（けしょう）を　　　　［ 直（なお）す　かける　くずす　はずす　落（お）とす ］

④ 傘（かさ）を　　　　　　［ 差（さ）す　開（あ）ける　開（ひら）く　閉（し）める　閉（と）じる ］

4 一緒（いっしょ）に使（つか）う言葉（ことば）を ［　　］から全部（ぜんぶ）選（えら）んで○をつけなさい。また、反対（はんたい）の言葉（ことば）も選（えら）びな

さい。

① 手袋（てぶくろ）を　　　　［ はめる　かける　しめる ］ ↔ ［ 取（と）る　はずす ］

② めがねを　　　　［ つける　はめる　かける ］ ↔ ［ 取（と）る　はずす ］

③ 指輪（ゆびわ）を　　　　［ つける　はめる　かける ］ ↔ ［ 脱（ぬ）ぐ　はずす ］

④ アクセサリーを ［ つける　はめる　かける ］ ↔ ［ 脱（ぬ）ぐ　はずす ］

5 ｛　｝の中（なか）の正（ただ）しい方（ほう）を選（えら）んで○をつけなさい。

① 友（とも）だちは、いつも明（あか）るくて ｛ 派手（はで）な　地味（じみ）な ｝服（ふく）を着（き）ている。

② 靴（くつ）が大（おお）きすぎて、｛ ぶかぶか　ぴったり ｝だ。

③ 私は体が大きいので、Mサイズの服は { 狭い　きつい }。

④ 妹は、{ 濃い　強い } 化粧が好きだ。

⑤ 汗をかいて化粧が { はずれた　くずれた }。

7 ＿＿の言葉が正しければ○を、間違っていれば直して、（　）に入れなさい。

① 服をハンガーにかかった（→　　　　　　　　　）。

② 糸が切れて、ボタンが取った（→　　　　　　　　）。

③ 走っていたら、靴が脱いで（→　　　　　　　）しまった。

④ 太って古い指輪がはまらなく（→　　　　　　　）なった。

⑤ 時間が経ったので、化粧が落として（→　　　　　　　）しまった。

7 ＿＿から言葉を選び、適当な形にして ［　］ の中に入れなさい。1つの言葉は1回しか選べません。

> きつい　にあう　かける　はずれる

　店でスカートをはいてみた。あまり私に［①　　　　　　　　］なかったので、別のスカートに変えてもらったら、色も形もとてもよかった。でも、今度はサイズが小さくて［②　　　　　　　］た。横のボタンを［③　　　　　　　］うとしても、どうしても［④　　　　　　　］てしまう。すてきなスカートだったが、店に返した。とても残念だった。

8 （　）に何を入れますか。1〜4から一番いいものを1つ選びなさい。

① （　　　）靴をはいていると、足が疲れてくる。

　　1 合わない　　　2 似合わない　　　3 止まらない　　　　4 はずれない

② ラーメンを食べていたら、湯気でめがねが（　　　）しまった。

　　1 取れて　　　2 閉じて　　　　3 曇って　　　　4 はまって

③ ネクタイが（　　　）いたので、鏡を見ながら直した。

　　1 回って　　　2 切れて　　　　3 変わって　　　　4 曲がって

2 食 しょく

Food　饮食　(THỰC) ăn uống

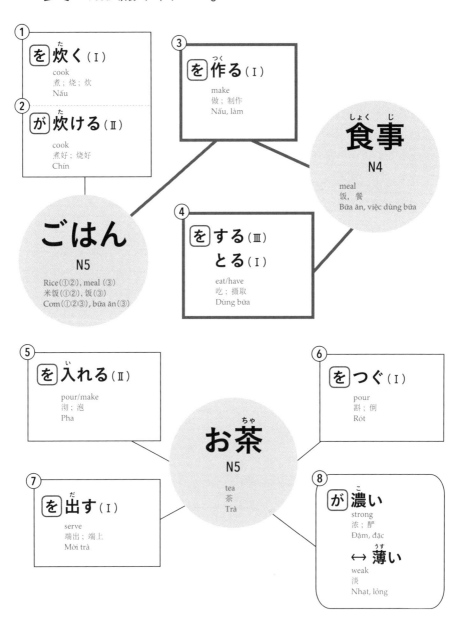

① を 炊く（I）
cook
煮；烧；炊
Nấu

② が 炊ける（II）
cook
煮好；烧好
Chín

③ を 作る（I）
make
做；制作
Nấu, làm

食事
N4
meal
饭，餐
Bữa ăn, việc dùng bữa

ごはん
N5
Rice（①②）, meal（③）
米饭（①②）, 饭（③）
Cơm（①②③）, bữa ăn（③）

④ を する（III）
とる（I）
eat/have
吃；摄取
Dùng bữa

⑤ を 入れる（II）
pour/make
沏；泡
Pha

⑥ を つぐ（I）
pour
斟；倒
Rót

お茶
N5
tea
茶
Trà

⑦ を 出す（I）
serve
端出；端上
Mời trà

⑧ が 濃い
strong
浓；酽
Đậm, đặc

↔ 薄い
weak
淡
Nhạt, lỏng

※ " お茶 " may refer to Japanese tea only, or it could refer to various kinds of tea.
　 " お茶 " 有时特指日本茶，有时泛指各种茶。
　 " お茶 " có thể dùng để nói về trà Nhật, nhưng cũng có những trường hợp nói về các loại trà khác.

🔊 A-6

① ☐	ごはんを炊く	・私は、なべでごはんを炊いている。 I cook rice with a pot. 我是用锅煮饭的。 Tôi nấu cơm bằng nồi. ※ "ごはん" can also mean "meal." /「ごはん"也有"饭，餐"的意思。/「ごはん」cũng có ý nghĩa là "bữa ăn". ex) 朝ごはん
② ☐	ごはんが炊ける	・ごはんが炊けたら、少し待つとおいしくなる。 Once the rice is cooked, it tastes better if we wait a little bit. 米饭煮好了以后，放一会儿会更好吃。 Cơm chín rồi, đợi thêm chút nữa sẽ ngon hơn.
③ ☐	[ごはん][食事]を作る	・朝と晩だけ[ごはん][食事]を作って、昼は外食している。 I make meals only in the morning and in the evening, and I eat out for lunch. 我自己只做早晚饭吃，中饭在外面吃。 Tôi chỉ làm [cơm][bữa] sáng và tối, buổi trưa thì ăn ngoài.
④ ☐	食事を{する／とる}	・のどが痛くて、食事を{する／とる}ことができない。 I can't eat a meal because my throat hurts. 喉咙疼得吃不了饭。 Tôi bị đau họng nên không ăn cơm được. × 食事を食べる
⑤ ☐	お茶を入れる	・仕事の休み時間に、お茶を入れて飲んだ。 I made a tea and drank it during my break. 在工作的休息时间里，我泡了一杯茶喝。 Vào thời gian nghỉ giải lao, tôi pha trà để uống. ※ "入れる" is also used for "コーヒー". /「入れる"也可以和"コーヒー"等搭配使用。/「入れる」cũng có thể dùng cho「コーヒー」.
⑥ ☐	お茶をつぐ	・カップにもう1杯お茶をついで飲んだ。 I poured another tea into my cup. 我又倒了一杯茶喝。 Tôi rót và uống thêm 1 cốc trà nữa. ※ "つぐ" is used for various drinks such as "水", "お酒". /「つぐ"还可以和"水" "お酒"等各种酒水饮料搭配使用。/「つぐ」có thể dùng cho các loại đồ uống như「水」「お酒」.
⑦ ☐	お茶を出す	・お客様にお茶を出した。 I served my guest a tea. 我给客人端了茶。 Tôi mời trà khách. ※ "出す" is used for various drinks. Also, it can be used for sweets and cuisines. /「出す"可搭配各种酒水饮料使用。外外，也可搭配点心和料理使用。/「出す」được dùng với các loại đồ uống. Ngoài ra cũng có thể dùng cho bánh kẹo và đồ ăn. ex) お客様に紅茶とケーキを出した。
⑧ ☐	お茶が濃い ↔ 薄い	・お茶が濃くて、おいしい。 The tea is strong and delicious. 茶浓浓的，很好喝。 Trà đậm nên rất ngon. ・お茶が薄くて、あまり味がない。 The tea is weak and doesn't have much flavor. 茶淡淡的，没什么味道。 Trà nhạt nên không có mùi vị gì.

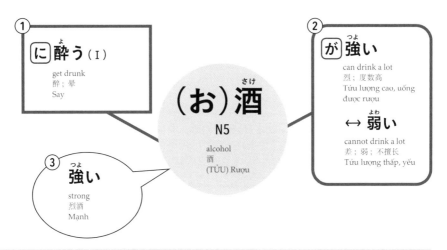

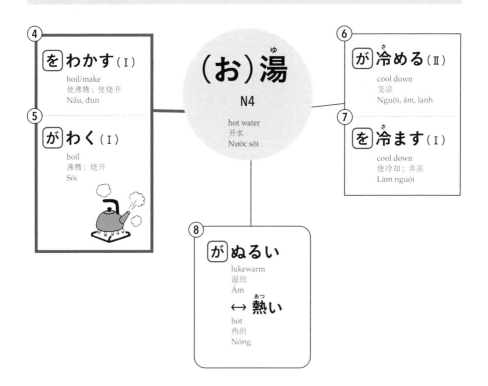

🔊》A-7

① ☐	（お）酒に酔う	・飲みすぎて、**お酒に酔って**しまった。 I drank too much alcohol and got drunk. 酒喝多了，一不小心就醉了。 Do uống quá nhiều rượu nên tôi bị say. ※ "酔う" is also used alone. / "酔う"也可单用。/ Cũng có thể chỉ dùng「酔う」. ex）私は、酔うとすぐ寝てしまう。
② ☐	（お）酒が強い ↔ 弱い	・父は**お酒が強く**て、いくら飲んでも酔わない。 My dad can drink a lot, so he never gets drunk, no matter how much he drinks. 父亲酒量很好，不管喝多少酒都不会醉。 Ba tôi uống rượu rất được, uống bao nhiêu ti là không say. ・私は**お酒が弱い**ので、すぐ顔が赤くなってしまう。 I cannot drink a lot of alcohol, so my face becomes red in no time. 我酒量很差，一喝下去脸就红了。 Tôi uống rượu rất yếu nên uống ti là mặt đỏ lên liền. ※ There is also an expression "お酒に強い↔弱い". / 也可以说"お酒に强↔ 弱い"。/ Cùng có cách nói「お酒に强い↔弱い」.
③ ☐	強い（お）酒	・ウイスキーは、とても**強いお酒**だ。 Whiskey is a very strong alcohol. 威士忌是一种很烈的酒。 Whisky là loại rượu rất mạnh.
④ ☐	（お）湯をわかす	・水を火にかけて、**お湯をわかす**。 Heat up water to make hot water. 把水壶搁到灶上烧开水。 Bật bếp để đun cho nước sôi.
⑤ ☐	（お）湯がわく	・電気ポットは、すぐに**お湯がわく**。 Water boils quickly in an electric kettle. 用电热水壶烧水，很快就烧开了。 Bình nước điện thì nấu nước sôi ngay.
⑥ ☐	（お）湯が冷める	・お茶は、少し**湯が冷めて**から入れるとおいしい。 It tastes better if you make the tea after the hot water cools down a little. 茶的话，用稍微放凉一些的开水来泡会比较好喝。 Trà pha với nước sôi đã nguội đi một chút thì sẽ rất ngon.
⑦ ☐	（お）湯を冷ます	・**お湯を**よく**冷まし**て、赤ちゃんのミルクを作った。 I made sure the water cooled down and made warm milk for the baby. 我把开水弄凉了之后，给宝宝泡了奶粉。 Tôi làm nguội nước sôi để pha sữa cho em bé. ※ Also used for hot drinks such as "お茶" or "コーヒー". / 也可用于"お茶"、 "コーヒー"等热饮。/ Có thể dùng với những đồ uống nóng như「お茶」hay 「コーヒー」.
⑧ ☐	（お）湯がぬるい ↔ 熱い	・コーヒーや紅茶は、**湯が熱い**方がいい。**湯がぬるい**と、 おいしくない。 It is better to use hot water for coffee or tea. If the water is lukewarm, it doesn't taste good. 咖啡和红茶要热的才好喝，温的不好喝。 Cà phê hay hồng trà pha với nước nóng thì ngon hơn. Pha với nước ấm sẽ không ngon. ※ Also used for hot drinks such as "お茶" or "コーヒー". / 也可用于"お茶"、 "コーヒー"等热饮。/ Có thể dùng với những đồ uống nóng như「お茶」hay 「コーヒー」.

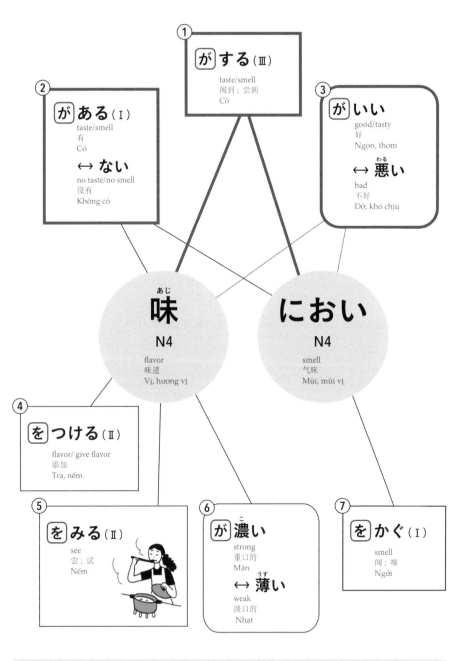

1 が する（Ⅲ）
taste/smell
闻到；尝到
Có

2 が ある（Ⅰ）
taste/smell
有
Có
↔ ない
no taste/no smell
没有
Không có

3 が いい
good/tasty
好
Ngon, thơm
↔ 悪い
bad
不好
Dở, khó chịu

味
あじ
N4
flavor
味道
Vị, hương vị

におい
N4
smell
气味
Mùi, mùi vị

4 を つける（Ⅱ）
flavor/ give flavor
添加
Tra, nếm

5 を みる（Ⅱ）
see
尝；试
Nếm

6 が 濃い
こ
strong
重口的
Mặn
↔ 薄い
うす
weak
淡口的
Nhạt

7 を かぐ（Ⅰ）
smell
闻；嗅
Ngửi

※ In many cases, good smell is written as " 匂い ", and unpleasant smell is written as " 臭い ".
好闻的气味多写做 "匂い"、不好闻的气味多写做 "臭い"。
Mùi thơm thì Hán tự được viết là " 匂い ", mùi hôi thì Hán tự được viết là " 臭い ".

🔊 A-8

① ☐	〜[味][におい] がする	・ごはんは、よくかむと、甘い味がする。 Rice tastes sweet when you chew it well. 白米饭细嚼的话（能尝到）有甜味。 Cơm khi nhai kỹ thì có vị ngọt. ・台所から、いいにおいがしてくる。 A nice smell is coming from the kitchen. （我闻到）从厨房飘来了一阵香味。 Có mùi thơm phát ra từ nhà bếp.
② ☐	[味][におい]がある ↔ ない	・多くの花には、においがある。 Most flowers have a smell. 大多数的花都有香味。 Nhiều loại hoa thì có mùi hương. ・水には、ほとんど味がない。 There is hardly any taste to water. 水基本上没有什么味道。 Nước trắng thì hầu như không có vị.
③ ☐	[味][におい]がいい ↔ 悪い	・私の大学の食堂は、どんな料理も味がよくて、人気がある。 All the dishes at the canteen in my university taste good and are popular. 我大学食堂的每一道饭菜味道都很好，很受大家欢迎。 Nhà ăn trường đại học của tôi thì món ăn nào cũng ngon cả nên rất được ưa thích. × 味がおいしい ・バラの花は、とてもにおいがいい。 Roses smell very good. 玫瑰花的香气特别好闻。 Hoa hồng thì có mùi rất thơm. ・においが悪い牛乳は、飲まない方がいい。 It's better not to drink milk that smells bad. 气味不对的牛奶还是不要喝了。 Sữa mà có mùi khó chịu thì không nên uống. × 悪い[味][におい]　○ 嫌な[味][におい]
④ ☐	味をつける	・塩を入れて、スープに味をつけた。 I put in some salt to flavor the soup. 用盐给汤调味。 Dùng muối để tra món súp.
⑤ ☐	味をみる	・料理をしながら、おいしいかどうか味をみた。 I tried it to see if it tasted good as I was cooking. 做菜的时候，试了试味道好不好。 Vừa nấu ăn vừa nếm xem ngon hay dở.
⑥ ☐	味が濃い ↔ 薄い	・味が濃い料理は、食べているとのどがかわく。 A dish with a strong taste makes you thirsty when you eat it. 吃了重口味的菜肴，会口渴。 Đồ ăn mặn nên ăn xong thì khát nước. ・お茶の味が薄すぎて、湯のようだった。 The tea was too weak and was more like hot water. 茶太淡了，和白开水似的。 Trà nhạt quá nên uống giống nước lã.
⑦ ☐	においをかぐ	・古い肉のにおいをかいだら、とても臭かった。 When I smelled the old meat, it was very stinky. 我闻了闻放久了的肉，很臭。 Khi ngửi mùi thịt cũ thì thấy rất hôi

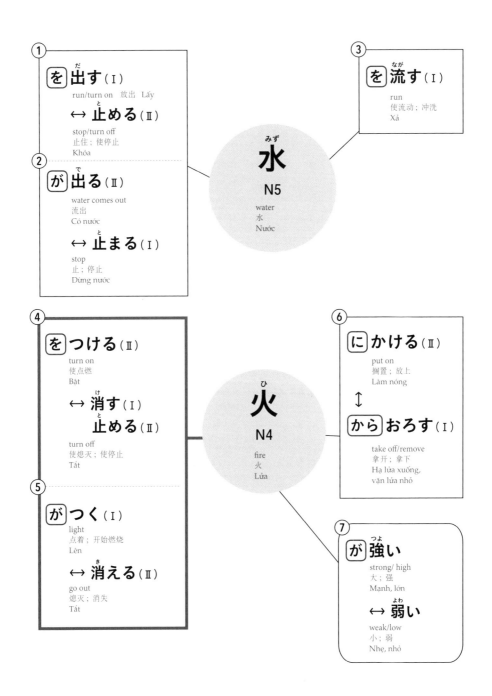

①

を 出<small>だ</small>す (Ⅰ)
run/turn on　放出　Lấy

↔ 止<small>と</small>める (Ⅱ)

stop/turn off
止住；使停止
Khóa

②

が 出<small>で</small>る (Ⅱ)

water comes out
流出
Có nước

↔ 止<small>と</small>まる (Ⅰ)

stop
止；停止
Dừng nước

③

を 流<small>なが</small>す (Ⅰ)

run
使流动；冲洗
Xả

水
みず
N5

water
水
Nước

④

を つける (Ⅱ)
turn on
使点燃
Bật

↔ 消<small>け</small>す (Ⅰ)
　　止<small>と</small>める (Ⅱ)

turn off
使熄灭；使停止
Tắt

⑤

が つく (Ⅰ)
light
点着；开始燃烧
Lên

↔ 消<small>き</small>える (Ⅱ)

go out
熄灭；消失
Tắt

火
ひ
N4

fire
火
Lửa

⑥

に かける (Ⅱ)

put on
搁置；放上
Làm nóng

↕

から おろす (Ⅰ)

take off/remove
拿开；拿下
Hạ lửa xuống,
vặn lửa nhỏ

⑦

が 強<small>つよ</small>い

strong/ high
大；强
Mạnh, lớn

↔ 弱<small>よわ</small>い

weak/low
小；弱
Nhẹ, nhỏ

🔊 A-9

① ☐	水を出す ↔ 止める	・水道から水を出して、ポットに入れた。 I ran the tap water and put it in the pot. 我把自来水放出来，接到了水壶里。 Lấy nước ra từ vòi nước rồi bỏ vào bình. ・ポットがいっぱいになったので、水道の水を止めた。 Since the pot was full, I stopped the water. 水壶接满了，我就把自来水关了。 Bình nước thì đã đầy nên tôi khóa nước lại.
② ☐	水が出る ↔ 止まる	・しばらく使っていない水道から、茶色い水が出てきた。 Brown water came out of the tap, which hadn't been used for a while. 从许久未用的管道里，流出了棕色的水。 Vòi nước lâu ngày không dùng một thời gian thì nước có màu nâu. ・大きな地震の後、3日間、水が止まった。 Water was stopped for 3 days after the large earthquake. 大地震过后，停了3天水。 Sau trận động đất lớn thì nước uống bị ngưng ba ngày.
③ ☐	水を流す	・水を流しながら、皿を洗った。 I washed the dishes while running the water. 我冲着水，洗了盘子。 Tôi vừa xả nước vừa rửa chén bát.
④ ☐	火をつける ↔ {消す／止める}	・水の入ったなべを置いて、ガスに火をつけた。 I put the full pot on the stove and lit the gas. 我把装了水的锅放到了灶上，打着了燃气。 Tôi đặt nồi nước lên bếp ga nấu. ・お湯がわいたので、火を{消し／止め}た。 As the water had boiled, I {turned off} the burner. 水烧开了，我就把火关了。 Nước đã sôi nên tôi tắt bếp đi. ※ "止める" is used for the fire for gas, etc./ "止める"用于使用燃气等点燃的火。/ 「止める」được dùng chỉ việc tắt lửa bếp ga。
⑤ ☐	火がつく ↔ 消える	・コンロが壊れて、ガスの火がつかない。 The burner is broken, so I can't light the gas. 灶坏了，燃气点不着。 Bếp ga bị hư nên lửa bật không lên. ・料理の途中で、コンロの火が消えてしまった。 The burner went out in the middle of cooking. 菜做到一半，灶火灭了。 Đang nấu ăn thì lửa bếp ga tắt.
⑥ ☐	火にかける ↕ 火からおろす	・フライパンを火にかけて、肉を焼いた。 I put the frying pan on the fire and grilled the meat. 我把平底锅放到火上，煎了肉。 Tôi làm nóng chảo và chiên thịt. ・肉が焼けたので、フライパンを火からおろした。 As the meat was grilled, I took the frying pan off of the fire. 肉煎好了，我就把平底锅从火上拿开了。 Thịt đã vàng nên hạ lửa xuống.
⑦ ☐	火が強い ↔ 弱い	・火が強すぎると魚が焦げるので、もう少し弱い方がいい。 If the fire is too high, the fish gets burned, so it is better to reduce the heat. 火太大会把鱼烧焦的，稍微关小一点比较好。 Do lửa lớn quá nên cá sẽ bị cháy, nên để nhỏ lửa một chút.

1 下（した）の表（ひょう）を完成（かんせい）させなさい。

自動詞（じどうし）	他動詞（たどうし）
① 火（ひ）が＿＿＿＿＿＿＿	火（ひ）を消す
② 火（ひ）が＿＿＿＿＿＿＿	火（ひ）をつける
水（みず）が出（で）る	③ 水（みず）を＿＿＿＿＿＿＿
④ 湯（ゆ）が＿＿＿＿＿＿＿	湯（ゆ）をわかす
湯（ゆ）が冷（さ）める	⑤湯（ゆ）を＿＿＿＿＿＿＿

2 正（ただ）しい文（ぶん）になるように、左（ひだり）と右（みぎ）の言葉（ことば）を線（せん）でつなぎなさい。
① 自分（じぶん）で朝（あさ）ごはんを　・　　　　・出（だ）す。
② 昼（ひる）は外（そと）で食事（しょくじ）を　・　　　　・つぐ。
③ 熱（あつ）いお茶（ちゃ）をカップに　・　　　　・とる。
④ お客（きゃく）さんにお菓子（かし）とお茶（ちゃ）を ・　　　・作（つく）る。

3 一緒（いっしょ）に使（つか）う言葉（ことば）を ［ ］ から全部（ぜんぶ）選（えら）んで○をつけなさい。
① お茶（ちゃ）が　 ［ 強（つよ）い　弱（よわ）い　濃（こ）い　薄（うす）い ］
② 湯（ゆ）が　　 ［ 暑（あつ）い　寒（さむ）い　きつい　ぬるい ］
③ 火（ひ）が　　 ［ 強（つよ）い　弱（よわ）い　高（たか）い　低（ひく）い ］
④ 味（あじ）が　　 ［ いい　悪（わる）い　濃（こ）い　薄（うす）い　ない ］
⑤ においが ［ いい　悪（わる）い　大（おお）きい　小（ちい）さい　ない ］

4（ ）に助詞を、＿＿に □ から言葉を1つ選んで入れなさい。

> ある　する　かぐ　つける

① この花には、におい　　　　（　　）＿＿＿＿＿＿＿。
② 台所からカレーのにおい（　　）＿＿＿＿＿＿＿。
③ 鼻を近づけて、におい　　（　　）＿＿＿＿＿＿＿。
④ このガムは、りんごの味（　　）＿＿＿＿＿＿＿。
⑤ 料理に塩で味　　　　　　（　　）＿＿＿＿＿＿＿。

5 □ から言葉を選び、適当な形にして ［　　］ の中に入れなさい。1つの言葉は1回しか選べません。

> する　みる　おろす　かける　とめる

今日、友だちが遊びに来て、夜、うちで一緒に食事を［①　　　　　］ことになった。ステーキを作ろうと、フライパンを火に［②　　　　　］て、肉を焼いた。次に、肉の汁で、味を［③　　　　　］ながら、ソースを作った。ちょうどいい味になったところで火を［④　　　　　］て、フライパンを［⑤　　　　　］た。ソースを肉にかけて食べると、とてもおいしかった。

6（ ）に何を入れますか。1〜4から一番いいものを1つ選びなさい。
① 山田「何か飲みたいな。」
　　田中「じゃあ、お茶を（　　　　）か。」
　　　　1 差そう　　　　2 作ろう　　　　3 つけよう　　　4 入れよう
② 私は、お酒が（a　　　）ので、すぐに（b　　　）しまう。
　　a) 1 弱い　　　　2 苦い　　　　3 嫌いな　　　4 苦しい
　　b) 1 負けて　　　2 酔って　　　3 壊れて　　　4 くずれて

3 住 _{じゅう}

Living　住宿　(TRÚ) ở, sống

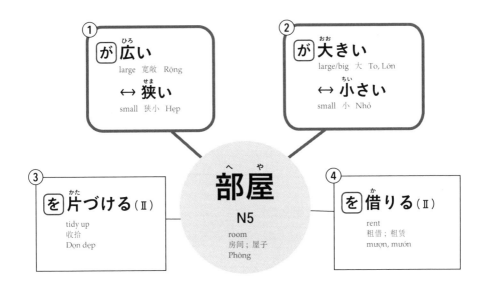

① が 広い^{ひろ}
large　宽敞　Rộng
↔ 狭い^{せま}
small　狭小　Hẹp

② が 大きい^{おお}
large/big　大　To, Lớn
↔ 小さい^{ちい}
small　小　Nhỏ

部屋^{へや}
N5
room
房间；屋子
Phòng

③ を 片づける^{かた}(Ⅱ)
tidy up
收拾
Dọn dẹp

④ を 借りる^か(Ⅱ)
rent
租借；租赁
mượn, mướn

※ "部屋^{へや}" has a meaning of "one of the rooms in a house" and "one's own room in an apartment or condo".
　"部屋" 有 "家里的一个房间" 的意思，也有 "公寓或高级公寓楼里自己的屋子" 的意思。
　"部屋^{へや}" có nghĩa là "một phòng trong nhà" và cũng có nghĩa là "phòng của mình trong căn hộ hay chung cư".

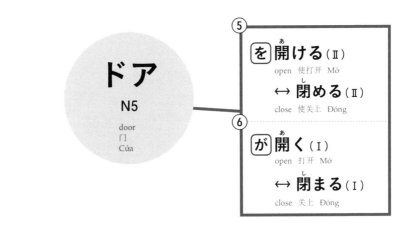

ドア
N5
door
门
Cửa

⑤ を 開ける^あ(Ⅱ)
open　使打开　Mở
↔ 閉める^し(Ⅱ)
close　使关上　Đóng

⑥ が 開く^あ(Ⅰ)
open　打开　Mở
↔ 閉まる^し(Ⅰ)
close　关上　Đóng

※ "ドア" may be referred to as "戸^と".
　"ドア" 又写作 "戸"。
　"ドア" cũng có nghĩa là "戸^と".

🔊 **A-10**

① ☐	部屋が広い ↔ 狭い	・私のアパートは、**部屋が広**くて物がたくさん置ける。 The room in my apartment is large, so I can put a lot of things in it. 我住的公寓，房间很宽敞，能放很多东西。 Căn hộ của tôi thì phòng rộng nên có thể để được nhiều đồ. ・**部屋が狭**くて、ベッドが入らない。 The room is so small, a bed won't fit in it. 房间小得放不下床。 Phòng của tôi hẹp nên không đặt được giường.
② ☐	部屋が大きい ↔ 小さい	・**部屋が大き**いので、友だちと二人で住んでいる。 The room is large, so my friend and I live in it together. 因为房间够大，所以我和朋友两个人一起住。 Phòng của tôi lớn nên tôi và bạn, 2 người cùng sống. ・このアパートは**部屋が小さ**いが、駅に近くて便利だ。 The rooms in this apartment are small, but it is convenient because it is close to the station. 这间公寓房间虽然小，但是离车站很近很方便。 Căn hộ của tôi phòng nhỏ nhưng gần ga nên rất tiện.
③ ☐	部屋を片づける	・友だちが来るから、**部屋を片づけ**てきれいにしよう。 My friend is going to come, so I will tidy up my room and make it clean. 有朋友要来，我先把房间收拾干净吧。 Vì bạn đến chơi nên tôi dọn dẹp phòng cho sạch sẽ.
④ ☐	部屋を借りる	・大学に入ったので、大学の近く**に部屋を借**りた。 As I entered the university, I rented a room near the university. 因为上了大学，我就在大学附近租了一间房子。 Vì vào đại học nên tôi muốn phòng gần trường đại học.
⑤ ☐	ドアを開ける ↔ 閉める	・**ドアを開け**て、部屋の外へ出た。 I opened the door and went outside. 我打开门，出了房间。 Tôi mở cửa và ra khỏi phòng. ・息子は、**ドアを閉め**ないでトイレに入るので困る。 It is a problem since my son uses the bathroom without closing the door. 我儿子上厕所总是不关门，太让我头疼了。 Con trai tôi không đóng cửa nhà mà đi vào nhà vệ sinh luôn nên tôi khó chịu.
⑥ ☐	ドアが開く ↔ 閉まる	・うちへ帰ると、玄関の**ドアが開**いていた。 When I came home, the door to the main entrance was open. 我一回到家发现玄关的大门开着。 Về nhà thì thấy cửa chính đang mở. ・重くて、なかなか**ドアが閉ま**らない。 The door is so heavy that it doesn't close easily. 门太重了，怎么都关不上。 Vì nặng nên cửa không đóng được. ※ "開ける↔閉める" and "開く↔閉まる" are also used for "窓" and "カーテン"。／ "开ける↔閉める"、"开く↔閉まる"，也可用于"窓"和"カーテン"等。／「開ける↔閉める」「開く↔閉まる」có thể dùng cho「窓」hay「カーテン」。

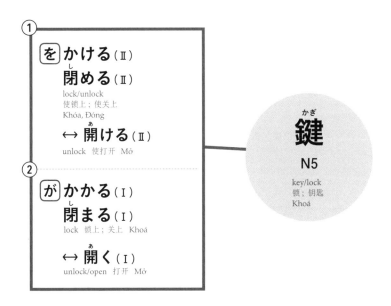

①

を かける（Ⅱ）

閉める（Ⅱ）
lock/unlock
使锁上；使关上
Khóa, Đóng

↔ 開ける（Ⅱ）
unlock 使打开 Mở

②

が かかる（Ⅰ）

閉まる（Ⅰ）
lock 锁上；关上 Khoá

↔ 開く（Ⅰ）
unlock/open 打开 Mở

鍵
N5
key/lock
锁；钥匙
Khoá

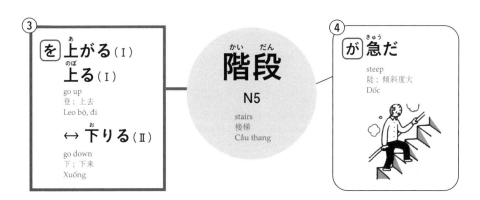

③

を 上がる（Ⅰ）

上る（Ⅰ）
go up
登；上去
Leo bộ, đi

↔ 下りる（Ⅱ）
go down
下；下来
Xuống

階段
N5
stairs
楼梯
Cầu thang

④

が 急だ
steep
陡；倾斜度大
Dốc

🔊 **A-11**

① ☐	鍵を{かける／閉める} ↔ 開ける	・出かけるとき、ドアの鍵を{かける／閉める}のを忘れてしまった。 When I went out, I forgot to {lock} the door. 出门的时候忘了把门锁上了。 Khi ra ngoài, tôi đã quên [khóa] cửa lại. ・鍵を開けて、部屋に入った。 I unlocked the door and entered the room. 我开了锁，进了房间。 Tôi mở khoá rồi đi vào phòng.
② ☐	鍵が{かかる／閉まる} ↔ 開く	・鍵が{かかっ／閉まっ}ていて、部屋に入れない。 It is locked, so I can't get in the room. 房间的门上了锁，进不去。 Cửa [đang khóa] nên tôi không vào phòng được. ○ 部屋に鍵がかかる　× 部屋に鍵が閉まる ・ドアが壊れて、鍵が開かない。 The door is broken and won't unlock. 门坏了，锁开不开。 Vì cửa bị hư nên khoá không mở được.
③ ☐	階段を{上がる／上る} ↔ 下りる	・エレベーターが動かないので、7階まで階段を{上がら／上ら}なければならない。 Because the elevator won't move, we have to {go up} 7 flights of stairs. 因为电梯不动了，只能爬楼梯上7楼了。 Thang máy không hoạt động nên tôi phải [leo bộ/ đi] cầu thang lên đến tầng 7. ・階段を下りて、1階の部屋へ行った。 I went down the stairs to a room on the 1st floor. 我下了楼梯，去了1楼的房间。 Xuống cầu thang để đến phòng nhà ở tầng 1.
④ ☐	階段が急だ	・私のアパートは階段が急なので、お年寄りは大変だ。 The stairs in my apartment are steep, so it is hard for elderly people. 那个公寓的楼梯太陡了，对上了年纪的人来说很困难。 Khu căn hộ của tôi cầu thang rất dốc nên khó cho người già.

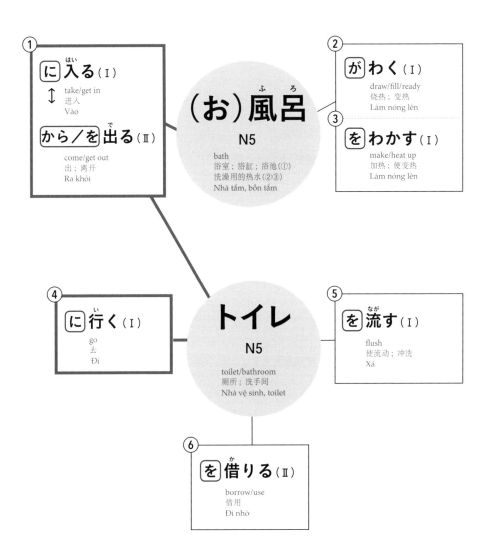

①

に 入る（Ⅰ）
はい

take/get in
进入
Vào

から／を 出る（Ⅱ）
で

come/get out
出；离开
Ra khỏi

（お）風呂
ふ　ろ

N5

bath
浴室；浴缸；浴池（①）
洗澡用的热水（②③）
Nhà tắm, bồn tắm

②

が わく（Ⅰ）

draw/fill/ready
烧热；变热
Làm nóng lên

③

を わかす（Ⅰ）

make/heat up
加热；使变热
Làm nóng lên

④

に 行く（Ⅰ）
い

go
去
Đi

トイレ

N5

toilet/bathroom
厕所；洗手间
Nhà vệ sinh, toilet

⑤

を 流す（Ⅰ）
なが

flush
使流动；冲洗
Xả

⑥

を 借りる（Ⅱ）
か

borrow/use
借用
Đi nhờ

🔊 A-12

① ☐	[（お）風呂][トイレ] に入る ↕ [（お）風呂][トイレ] {から／を}出る	・風呂に入ると、疲れが取れる。 Taking a bath is relaxing. 泡个澡，能够消除疲劳。 Ngâm trong bồn tắm thì có thể thư giãn cho khỏi mệt. ※ "（お）風呂に入る" has a meaning of "take a bath by filling up the bathtub with hot water" and "wash one's body in the bathroom". /※ "（お）風呂に入る" 有 "在浴缸里放满热水进去泡澡" 和 "在浴室洗澡" 两种意思。/「（お）風呂に入る」có nghĩa là "cho nước vào bồn và ngâm", ngoài ra còn có nghĩa "tắm trong nhà tắm". ・トイレに入ったら、トイレットペーパーがなくて困った。 When I went into the toilet, I didn't know what to do as there wasn't any toilet paper. 我进了厕所发现没有厕纸，太伤脑筋了。 Tôi thấy bị rối vì vào nhà vệ sinh thì để ý thấy hết giấy vệ sinh. ・体が温まったので、風呂{から／を}出た。 Once I was warmed up, I got out of the bath. 身子暖和了，我就从浴缸里出来了。 Vì người ấm lên rồi nên tôi ra khỏi nhà tắm. ・電話が鳴ったので、急いでトイレ{から／を}出た。 The phone rang, so I {came out} of the toilet in a hurry. 电话响了，我急忙冲出了洗手间。 Điện thoại reo nên tôi vội ra khỏi nhà vệ sinh.
② ☐	（お）風呂がわく	・寒いから、お風呂がわいたらすぐ入ろう。 It is cold, so I will take a bath as soon as it is ready. 天气太冷了，洗澡水一烧热就进去泡澡吧。 Vì trời lạnh nên tôi làm nóng nước trong bồn rồi mới vào.
③ ☐	（お）風呂をわかす	・湯が冷めたので、もう一度風呂をわかした。 The bath water got cold, so I heated it up again. 洗澡水凉了，我就又加热了一下。 Vì nước trong bồn nguội rồi nên tôi phải làm nóng lại.
④ ☐	トイレに行く	・寒い日は、何度もトイレに行ってしまう。 I go to the toilet many times on a cold day. 天气冷的日子里，会忍不住去好几次厕所。 Ngày lạnh tôi thường đi vệ sinh nhiều lần.
⑤ ☐	トイレを流す	・トイレを流すのを忘れて、いつも母に叱られる。 My mom always scolds me because I forget to flush the toilet. 我经常因为忘记冲厕所被母亲骂。 Tôi quên xả nước nhà vệ sinh nên thường bị mẹ la. ※ "トイレ" in this case means "トイレの水". / 这里的 "トイレ" 有 "坐便器里的水" 的意思。/「トイレ」ở đây có nghĩa là "nước nhà vệ sinh".
⑥ ☐	トイレを借りる	・友だちのうちへ遊びに行ったとき、トイレを借りた。 When I visited my friend, I used his toilet. 我去朋友家玩儿的时候，借用了朋友家的厕所。 Khi đến chơi nhà bạn, tôi đi nhờ nhà vệ sinh.

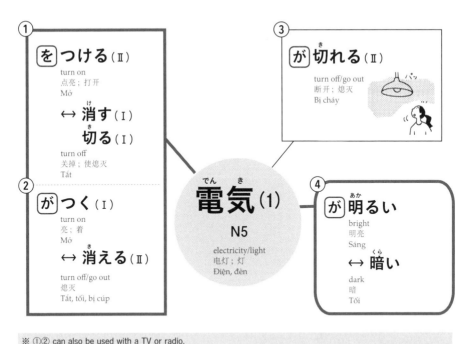

① を つける (Ⅱ)
turn on
点亮；打开
Mở

↔ 消す (Ⅰ)
切る (Ⅰ)
turn off
关掉；使熄灭
Tắt

② が つく (Ⅰ)
turn on
亮；着
Mở

↔ 消える (Ⅱ)
turn off/go out
熄灭
Tắt, tối, bị cúp

③ が 切れる (Ⅱ)
turn off/go out
断开；熄灭
Bị cháy

電気 (1)
でんき
N5

electricity/light
电灯；灯
Điện, đèn

④ が 明るい
あか
bright
明亮
Sáng

↔ 暗い
くら
dark
暗
Tối

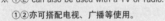

※ ①② can also be used with a TV or radio.
①②亦可搭配电视、广播等使用。
①② cũng có thể dùng cho tivi, radio.

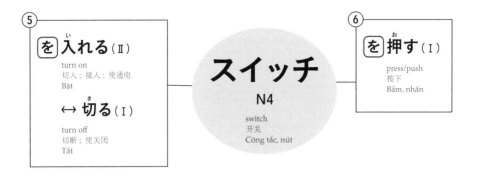

⑤ を 入れる (Ⅱ)
い
turn on
切入；接入；使通电
Bật

↔ 切る (Ⅰ)
き
turn off
切断；使关闭
Tắt

スイッチ
N4

switch
开关
Công tắc, nút

⑥ を 押す (Ⅰ)
お
press/push
按下
Bấm, nhấn

A-13

① □	**電気をつける** ↔ {消す／切る}	・夜、うちに帰ってきて、部屋の**電気を**つけた。 I came home at night and I turned on the lights in my room. 晚上，我回到家打开了房间的灯。 Buổi tối khi về đến nhà thì tôi mở điện phòng tôi. ・寝るときは、**電気を**{消し／切っ}て、部屋を暗くする。 I turn off the light to make it dark when I go to bed. 睡觉的时候，我会把灯关了，让房间暗下来。 Khi ngủ thì tôi thường tắt điện cho phòng tối.
② □	**電気がつく** ↔ 消える	・スイッチを押すと、**電気が**つく。 The light comes on when you press the switch. 按下开关，灯就会亮。 Bật công tắc thì đèn sáng lên. ・雷が落ちて、町中の**電気が**消えてしまった。 The lightening struck and the electricity throughout whole city went out. 打雷了之后，城里的灯都灭了。 Sét đánh nên điện trong khu phố bị cúp.
③ □	**電気が切れる**	・古い**電気が切れ**て、つかなくなった。 The old light went out and wouldn't come back on again. 旧灯灭了之后，再也点不着了。 Đèn cũ bị cháy nên không bật lên nữa.
④ □	**電気が明るい** ↔ 暗い	・目のために、勉強は**電気が明るい**部屋でした方がいい。 For the sake of your eyes, it's best to study in a bright room. 在明亮的房间里学习对眼睛好。 Nên học ở trong phòng có đèn sáng thì mới không hại mắt. ・**電気が**暗くて、本の字がよく読めない。 The light is too dim so I can't read the letters in the book very well. 灯光太暗了，我看不清楚书上的字。 Đèn tối quá nên tôi không thấy rõ chữ.
⑤ □	**スイッチを入れる** ↔ 切る	・電気ポットは、**スイッチを入れる**だけで、湯がわく。 All you need to do is to turn on the switch to the electric pot to make hot water. 电热水壶只要打开开关就会烧水。 Ấm nước điện chỉ cần bật công tắc thì sẽ tự động sôi. ・ラジオがうるさいので、**スイッチを**切った。 The radio was loud, so I turned off the switch. 收音机太吵了，我就把它关了。 Vì radio ồn ào quá nên tôi tắt công tắc.
⑥ □	**スイッチを押す**	・いくらスイッチを押しても、掃除機が動かない。 No matter how many times I press the switch, the vacuum cleaner doesn't work. 无论我怎么按开关，吸尘器都不运作。 Bấm công tắc máy hút bụi bao nhiêu lần nó cũng không lên.

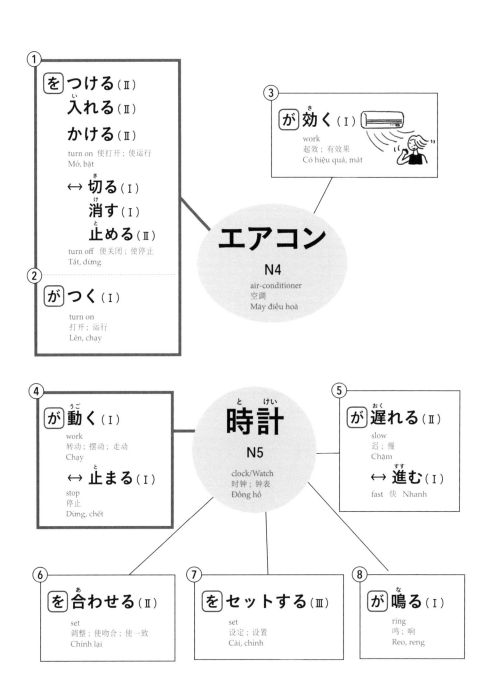

①
を つける（Ⅱ）
入れる（Ⅱ）
かける（Ⅱ）
turn on 使打开；使运行
Mở, bật

↔ **切る**（Ⅰ）
消す（Ⅰ）
止める（Ⅱ）
turn off 使关闭；使停止
Tắt, dừng

②
が つく（Ⅰ）
turn on
打开；运行
Lên, chạy

③
が 効く（Ⅰ）
work
起效；有效果
Có hiệu quả, mát

エアコン
N4
air-conditioner
空调
Máy điều hoà

④
が 動く（Ⅰ）
work
转动；摆动；走动
Chạy

↔ **止まる**（Ⅰ）
stop
停止
Dừng, chết

時計
N5
clock/Watch
时钟；钟表
Đồng hồ

⑤
が 遅れる（Ⅱ）
slow
迟；慢
Chậm

↔ **進む**（Ⅰ）
fast 快 Nhanh

⑥
を 合わせる（Ⅱ）
set
调整；使吻合；使一致
Chỉnh lại

⑦
を セットする（Ⅲ）
set
设定；设置
Cài, chỉnh

⑧
が 鳴る（Ⅰ）
ring
鸣；响
Reo, reng

🔊 **A-14**

① ☐	エアコンを{つける／入れる／かける} ↕ {切る／消す／止める}	・部屋が暑いので、**エアコンを**{つけ／入れ／かけ}た。 As the room was hot, I turned on the air conditioner. 房间里太热了，我打开了空调。 Vì phòng nóng nên tôi [mở/ bật] máy điều hoà. ・部屋が冷えすぎて寒くなったので、**エアコンを**{切っ／消し／止め}た。 The room cooled down too much and was cold, so I turned off the air conditioner. 房间里温度降得太低太冷了，我就把空调关了。 Phòng đã lạnh lên rồi nên tôi [tắt/ dừng] máy điều hoà đi.
② ☐	エアコンがつく	・**エアコンが**つかない。故障したのかもしれない。 I can't turn on the air conditioner. It may be broken. 空调开不起来，可能是出故障了。 Máy điều hoà không chạy. Có lẽ đã bị hư.
③ ☐	エアコンが効く	・部屋が暑すぎて、なかなか**エアコンが効か**ない。 The room is too hot so the air conditioner doesn't work. 房间里太热了，空调都没什么效果。 Phòng quá nóng nên mãi mà máy điều hoà không mát lên được.
④ ☐	時計が動く ↔ 止まる	・**時計が**動かなくなったので、修理してもらった。 The clock stopped working, so I had it fixed. 时钟不走了，我就拿去让人修门。 Đồng hồ không chạy nên tôi nhờ người sửa giùm. ・電池が切れて、**時計が**止まってしまった。 The battery ran out, so the clock stopped working. 电池没电了，时钟就停了。 Hết pin nên đồng hồ dừng lại.
⑤ ☐	時計が遅れる ↔ 進む	・**時計が**遅れていて、約束の時間に間に合わなかった。 The clock was slow so I was late for the appointment. 时钟走慢了，导致我没赶上约定的时间。 Đồng hồ chạy chậm nên tôi không kịp giờ hẹn. ・**時計が**進んでいる。今8時なのに、8時3分になっている。 The clock is fast. It is 8 o'clock now but it shows 8:03. 时钟走快了，明明现在是8点，显示的却是8点03分。 Đồng hồ chạy nhanh. Bây giờ mới 8 giờ mà đồng hồ chỉ 8 giờ 3 phút.
⑥ ☐	時計を合わせる	・時間が違っていたので、**時計を**合わせた。 I set the time because it was wrong. 因为时钟显示的时间不对，我就调了一下。 Đồng hồ chạy sai nên tôi phải chỉnh lại đồng hồ.
⑦ ☐	時計をセットする	・仕事がある日は、朝7時に目覚まし**時計を**セットする。 I set my alarm clock for 7 a.m. when I have work that day. 工作日我都定好早上7点的闹钟。 Ngày đi làm tôi chỉnh đồng hồ báo thức lúc 7 giờ sáng.
⑧ ☐	時計が鳴る	・**時計が**鳴って、12時を知らせた。 The clock rang to inform us it was 12 o'clock. 时钟响了，告诉我们已经12点了。 Đồng hồ reo báo 12 giờ.

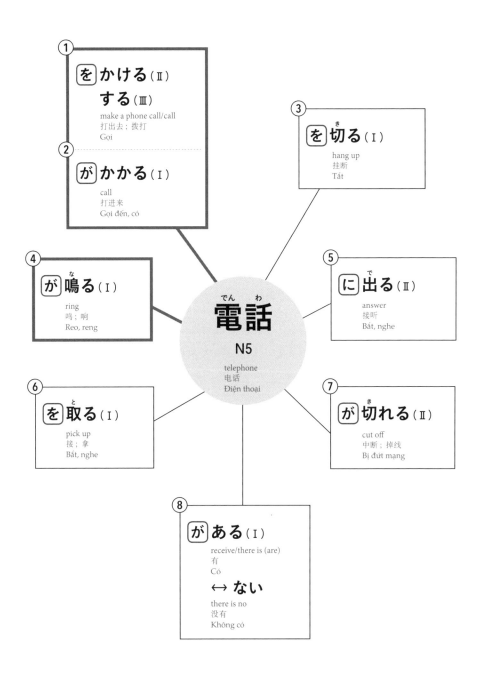

① を かける（Ⅱ）
する（Ⅲ）
make a phone call/call
打出去；拨打
Gọi

② が かかる（Ⅰ）
call
打进来
Gọi đến, có

③ を 切る（Ⅰ）
hang up
挂断
Tắt

④ が 鳴る（Ⅰ）
ring
鸣；响
Reo, reng

⑤ に 出る（Ⅱ）
answer
接听
Bắt, nghe

電話
N5
telephone
电话
Điện thoại

⑥ を 取る（Ⅰ）
pick up
接；拿
Bắt, nghe

⑦ が 切れる（Ⅱ）
cut off
中断；掉线
Bị đứt mạng

⑧ が ある（Ⅰ）
receive/there is (are)
有
Có
↔ ない
there is no
没有
Không có

🔊))) **A-15**

① ☐	電話を{かける／する}	・毎週、国の家族に電話を{かけ／し}ている。 I call my family in my home country every week. 我每个礼拜都给在国内的家人打电话。 Mỗi tuần tôi đều gọi điện thoại cho gia đình ở nhà.
② ☐	電話がかかる	・知らない人から、うちに電話がかかってきた。 Some stranger called our house. 有个陌生人给我家打了个电话。 Có người lạ gọi điện thoại đến nhà tôi.
③ ☐	電話を切る	・話が終わったので、電話を切った。 I finished talking, so I hung up the phone. 话说完了，我就挂了电话。 Nói chuyện xong rồi nên tôi tắt điện thoại.
④ ☐	電話が鳴る	・お風呂にいて、電話が鳴ったのに気づかなかった。 I was in the bath and I didn't notice that the phone rang. 因为在泡澡，没注意到电话响了。 Đang ngâm bồn thì điện thoại reo nhưng tôi không để ý.
⑤ ☐	電話に出る	・うちに電話をしたが、だれも電話に出なかった。 I called home but nobody answered the phone. 我往家里打了个电话，没人接。 Gọi điện thoại về nhà nhưng không ai bắt máy.
⑥ ☐	電話を取る	・電話が鳴ったが、料理をしていて、電話を取ることができなかった。 The phone rang, but I was cooking so I couldn't pick up the phone. 虽然听到电话响了，但是因为我当时正在做菜，接不了电话。 Điện thoại reo nhưng tôi đang nấu ăn nên không thể bắt máy.
⑦ ☐	電話が切れる	・話の途中で、電話が切れてしまった。 The phone got cut off during the conversation. 话说到一半，电话掉线了。 Đang nói chuyện giữa chừng thì điện thoại bị đứt mạng. ※ This is also used when the phone stops ringing in the middle of calling someone. ／※ 也可用于表示电话铃声响着响着停了。／ Cùng có thể dùng trong trường hợp điện thoại đang reo giữa chừng thì ngừng reo.
⑧ ☐	電話がある ↔ ない	・学校から、娘がけがをしたと電話があった。 I received a call from the school that my daughter was injured. 有一个学校的电话，说我女儿受伤了。 Có điện thoại của trường báo con gái tôi bị thương. ・友だちは「明日電話する」と言ったのに、2日経っても電話がなかった。 My friend said "I'll call you" but there was no call after two days. 我朋友明明对我说"明天给你打电话。"可是已经过了两天了也没有电话打过来。 Bạn tôi nói "ngày mai sẽ gọi điện thoại" nhưng qua hai ngày rồi vẫn không có điện thoại. ※ There is also an expression "電話が来る". ／ 有一种说法是"电话が来る"。／ Cùng có cách nói 「電話が来る」。

1 衣
2 食
3 住
4 交通
5 学校
6 仕事
7 お金・買い物
8 情報・通信

49

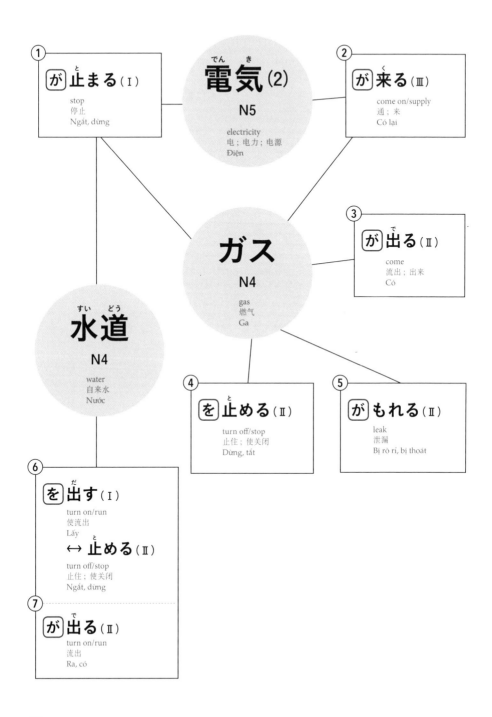

①

が 止まる（Ⅰ）
と
stop
停止
Ngắt, dừng

電気(2)
でん き
N5
electricity
电；电力；电源
Điện

②

が 来る（Ⅲ）
く
come on/supply
通；来
Có lại

③

が 出る（Ⅱ）
で
come
流出；出来
Có

ガス
N4
gas
燃气
Ga

水道
すい どう
N4
water
自来水
Nước

④

を 止める（Ⅱ）
と
turn off/stop
止住；使关闭
Dừng, tắt

⑤

が もれる（Ⅱ）
leak
泄漏
Bị rò rỉ, bị thoát

⑥

を 出す（Ⅰ）
だ
turn on/run
使流出
Lấy

↔ 止める（Ⅱ）
と
turn off/stop
止住；使关闭
Ngắt, dừng

⑦

が 出る（Ⅱ）
で
turn on/run
流出
Ra, có

🔊 **A-16**

① ☐	[電気][ガス][水道] が止まる	・地震で[電気][ガス][水道]が止まってしまった。 The [electricity] [gas] [water] stopped due to the earthquake. 因为地震，[电][燃气][自来水]都停了。 Vì có động đất nên[điện][ga][nước]bị ngắt.
② ☐	[電気][ガス]が来る	・地震から2週間後に、やっと[電気][ガス]が来た。 At last the [electricity] [gas] came back on two weeks after the earthquake. 地震2周后，[电][燃气]终于来了。 2 tuần sau kể từ ngày động đất, cuối cùng thì cũng có lại [điện][ga]. ・世界には、電気が来ていない場所で生活している人がいる。 There are places in the world where people live without electricity. 世界上还有人生活在没有电力供应的地方。 Trên thế giới, cũng có những nơi mà người ta sống không có điện.
③ ☐	ガスが出る	・コンロの火がつかない。ガスが出ていないようだ。 The burner won't come on. The gas must be cut off. 灶点不着。似乎是因为没有燃气出来。 Bếp ga không lên. Hình như không có ga.
④ ☐	ガスを止める	・料理をしているとき地震があったので、すぐにガスを止めた。 I immediately turned off the gas as there was an earthquake while I was cooking. 在做菜的时候地震了，我赶紧把燃气关了。 Khi đang nấu ăn thì có động đất nên tôi tắt ga liền.
⑤ ☐	ガスがもれる	・嫌なにおいがする。ガスがもれているかもしれない。 Something smells bad. The gas may be leaking. 我闻到了一股难闻的味道。有可能是燃气泄漏了。 Có mùi khó chịu. Hình như ga bị rò rỉ.
⑥ ☐	水道を出す ↔ 止める	・庭で水道を出して、花に水をやった。 I turned on the tap in the garden to water the flowers. 在院子里打开了自来水，给花浇水。 Lấy nước ở vườn để tưới cây. ・お風呂がいっぱいになったので、水道を止めた。 As the bathtub was full, I stopped the water. 浴缸里水满了，我就把水关上了。 Nước trong bồn đầy rồi nên tôi ngắt nước. ※ Instead of "水道", "水" is also used. ／ "水"也可以替代"水道"。／ Cũng có thể sử dụng「水」thay cho「水道」。
⑦ ☐	水道が出る	・大きな台風の後、水道が出なくなった。 After the big typhoon, the water stopped running. 强台风过后，自来水出不来了。 Sau cơn bão lớn thì nước máy không có.

1 衣

2 食

3 住

4 交通

5 学校

6 仕事

7 お金・買い物

8 情報・通信

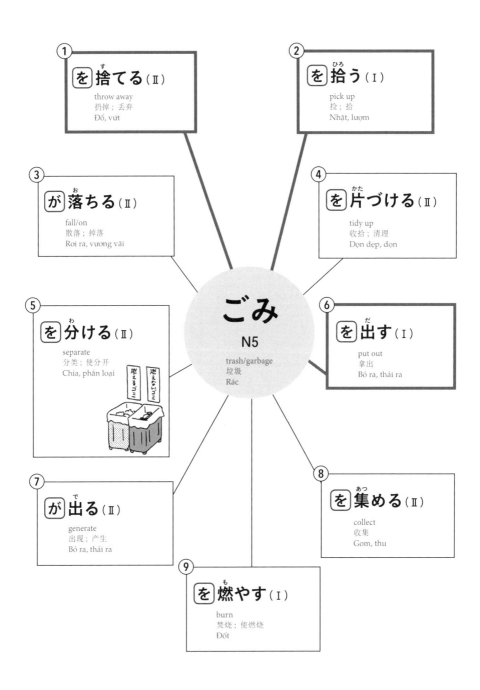

1
を捨てる（II）
〔す〕
throw away
扔掉；丢弃
Đổ, vứt

2
を拾う（I）
〔ひろ〕
pick up
捡；拾
Nhặt, lượm

3
が落ちる（II）
〔お〕
fall/on
散落；掉落
Rơi ra, vương vãi

4
を片づける（II）
〔かた〕
tidy up
收拾；清理
Dọn dẹp, dọn

5
を分ける（II）
〔わ〕
separate
分类；使分开
Chia, phân loại

6
を出す（I）
〔だ〕
put out
拿出
Bỏ ra, thải ra

7
が出る（II）
〔で〕
generate
出现；产生
Bỏ ra, thải ra

8
を集める（II）
〔あつ〕
collect
收集
Gom, thu

9
を燃やす（I）
〔も〕
burn
焚烧；使燃烧
Đốt

ごみ

N5

trash/garbage
垃圾
Rác

🔊 A-17

① ☐	ごみを捨てる	・床にごみを捨てたら、父に怒られた。
		When I threw the trash on the floor, my father scolded me.
		我把垃圾丢在了地上，被父亲骂了一顿。
		Tôi vứt rác ra sàn nên bị ba tôi la.
		※ "捨てる" also means to put garbage in the trash bin./※ "捨てる"也有"把垃圾丢到垃圾箱里"的意思。/「捨てる」cũng có ý nghĩa là "bỏ rác vào thùng rác".
② ☐	ごみを拾う	・ボランティアで、みんなで海岸のごみを拾った。
		We all volunteered and picked up rubbish on the beach.
		作为志愿者，我和大家一起去海岸边捡了垃圾。
		Chúng tôi nhặt rác trên bờ biển cho hoạt động tình nguyện.
③ ☐	ごみが落ちる	・子どもたちが遊んだ部屋に、たくさんごみが落ちていた。
		A lot of trash was on the floor of the room where the kids were playing.
		孩子们玩要过的房间里散落着很多的垃圾。
		Trong phòng trẻ con chơi thì vương vãi rác.
④ ☐	ごみを片づける	・パーティーの後のごみを片づけるのは、大変だ。
		It is hard to tidy up the mess after a party.
		派对结束后，收拾垃圾很麻烦。
		Việc dọn dẹp rác sau buổi tiệc thì rất mệt mỏi.
⑤ ☐	ごみを分ける	・燃える物と燃えない物にごみを分ける。
		Separate burnable and un-burnable trash.
		垃圾要按可燃和不可燃分类。
		Phân loại rác cháy được và không cháy được.
⑥ ☐	ごみを出す	・私のアパートは、水曜と金曜に、アパートの横にごみを出すことになっている。
		At my apartment, we are supposed to put out the garbage on the side of the apartment on Wednesdays and Fridays.
		我住的公寓规定每周三和周五把垃圾拿出去扔到公寓旁边。
		Căn hộ tôi thì bỏ rác ra chỗ để rác ở cạnh nhà vào thứ tư và thứ sáu.
⑦ ☐	ごみが出る	・引っ越しをすると、大きなごみが出る。
		Moving generates a lot of garbage.
		搬家的时候，会有很多大件的垃圾。
		Khi dọn nhà thì bỏ ra nhiều rác lớn.
⑧ ☐	ごみを集める	・私の町では、毎週火曜日に、燃えるごみを集めている。
		In my town, they collect burnable garbage every Tuesday.
		在我住的街道里，每周二收可燃垃圾。
		Khu phố tôi thu rác cháy được vào mỗi thứ ba hàng tuần.
⑨ ☐	ごみを燃やす	・このごろは、庭でごみを燃やしてはいけないということになっている。
		Recently it stopped being allowed to burn garbage in our garden.
		现今，在院子里焚烧垃圾是不被允许的。
		Gần đây thì có quy định không được đốt rác trong vườn nữa.

1 下の表を完成させなさい。

自動詞	他動詞	自動詞	他動詞
① ドアが＿＿＿＿	ドアを開ける	鍵がかかる	⑤ 鍵を＿＿＿＿
② ドアが＿＿＿＿	ドアを閉める	⑥ 電話が＿＿＿＿	電話をかける
③ 電気が＿＿＿＿	電気をつける	風呂がわく	⑦ 風呂を＿＿＿＿
④ 電気が＿＿＿＿	電気を消す	⑧ ガスが＿＿＿＿	ガスを止める

2 左と右が反対の意味になるように、□から適当な言葉を全部選んで [　] の中に入れなさい。

| 上がる　開ける　下りる　切る　閉める　上る　消す　出す |
| 入れる　かける　止める　つける |

① 階段を　　[　　　　　　　] ↔ [　　　　　　　　]
② エアコンを [　　　　　　　] ↔ [　　　　　　　　]
③ スイッチを [　　　　　　　] ↔ [　　　　　　　　]
④ 水道を　　[　　　　　　　] ↔ [　　　　　　　　]
⑤ 鍵を　　　[　　　　　　　] ↔ [　　　　　　　　]

3 正しくない言い方に×をつけなさい。
① トイレに行く　　トイレを出す　　トイレを借りる　　トイレを流す
② 電気が出る　　　電気が来る　　　電気が止まる　　　電気がもれる
③ ガスが出る　　　ガスが開く　　　ガスが止まる　　　ガスがもれる
④ ごみが出る　　　ごみが落ちる　　ごみを集める　　　ごみをつなぐ

4 正しい文になるように、左と右の言葉を線でつなぎなさい。

① 国にいる家族に電話を　　　　　　　・　　　　・出た。

② 電話が鳴ったので、電話を　　　　　・　　　　・切れた。

③ だれもいなかったので、私が電話に　・　　　　・した。

④ 友だちと電話で話していたら、途中で・　　　　・取った。

5 {　} の中の正しい方を選んで○をつけなさい。

① この時計は { 遅い　遅れている }。

② 寒い日は、帰ったらすぐ家の風呂に { 行きたい　入りたい }。

③ 大学に入ったので、大学の近くに部屋を { 借りた　取った }。

④ 部屋が暑すぎて、エアコンがなかなか { 効かない　働かない }。

6 ◻◻から言葉を選び、適当な形にして [　] の中に入れなさい。1つの言葉は1回しか選べません。

ある　　きる　　なる　　あわせる　　セットする

先週、夜に友だちから「明日映画に行こう」と電話が [① 　　　　　] た。見たい映画だったので行く約束をして、電話を [② 　　　　　] た。寝る前、目覚まし時計が止まっていたので、電池を入れ替えて時間を [③ 　　　　　] て、次の朝7時に起きるように [④ 　　　　　] た。でも、次の日、なぜか8時に時計が [⑤ 　　　　　] て、約束に遅れてしまった。

7 (　) に何を入れますか。1〜4から一番いいものを1つ選びなさい。

① ごみをごみ箱に (　　　)。

　1 捨てた　　2 出した　　3 拾った　　4 片づけた

② このアパートは、階段が (　　　)。

　1 高い　　2 ゆるい　　3 上だ　　4 急だ

③ 古い電気が (　　　)、つかなくなった。

　1 取れて　　2 切れて　　3 折れて　　4 破れて

4 交通

Transportation　交通　Giao thông

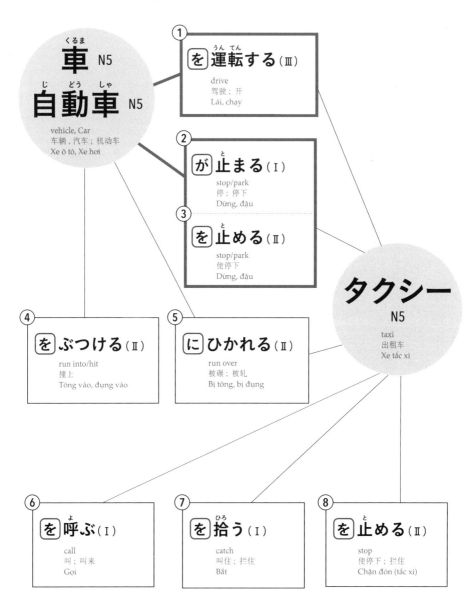

車 N5
自動車 N5

vehicle, Car
车辆，汽车；机动车
Xe ô tô, Xe hơi

① を 運転する（Ⅲ）
drive
驾驶；开
Lái, chạy

② が 止まる（Ⅰ）
stop/park
停；停下
Dừng, đậu

③ を 止める（Ⅱ）
stop/park
使停下
Dừng, đậu

④ を ぶつける（Ⅱ）
run into/hit
撞上
Tông vào, đụng vào

⑤ に ひかれる（Ⅱ）
run over
被碾；被轧
Bị tông, bị đụng

タクシー N5

taxi
出租车
Xe tắc xi

⑥ を 呼ぶ（Ⅰ）
call
叫；叫来
Gọi

⑦ を 拾う（Ⅰ）
catch
叫住；拦住
Bắt

⑧ を 止める（Ⅱ）
stop
使停下；拦住
Chặn đón (tắc xi)

🔊 **A-18**

① ☐	[{車／自動車}] [タクシー] を運転する	・お酒を飲んだら、{車／自動車}を運転してはいけない。 When you drink, you must not drive a {car/vehicle} 喝了酒，就不能开车了。 Khi đã uống rượu bia thì không lái [xe ô tô/ xe hơi]. ・父は、仕事でタクシーを運転している。 My father's job is driving a taxi. 父亲的工作是开出租车。 Ba tôi làm nghề lái xe tắc xi.
② ☐	[{車／自動車}] [タクシー]が止まる	・家の前に、誰かの{車／自動車}が止まっている。 Someone's car is parked in front of the house. 有辆不知道是谁家的车停在我家门口 [Xe ô tô/ Xe hơi] của ai đó dừng trước nhà. ・駅の前でタクシーが止まった。 A taxi stopped in front of the station. 出租车停在了车站前面。 Xe tắc xi dừng trước ga.
③ ☐	[{車／自動車}] [タクシー]を止める	・駐車場に{車／自動車}を止めて、店に入った。 I parked the {car/vehicle} in the parking lot and went in the shop. 我把车停在了停车场之后，进了店里。 Tôi đã đậu [xe ô tô/ xe hơi] trong bãi đỗ xe rồi mới vào cửa hàng. ・運転手は、交差点の前でタクシーを止めた。 The driver stopped the taxi in front of the intersection. 司机把出租车停在了十字路口前面。 Tài xế dừng xe tắc xi trước ngã tư.
④ ☐	{車／自動車} をぶつける	・駐車場の壁に{車／自動車}をぶつけてしまった。 I ran my {car/vehicle} into the wall of the parking lot. 我一不小心把车撞到停车场的墙上了。 Tôi đụng xe vào tường của bãi đỗ xe.
⑤ ☐	[{車／自動車}] [タクシー] にひかれる	・弟が[{車／自動車}][タクシー]にひかれて、大けがをした。 My little brother was run over by a [{car/vehicle}] [taxi] and injured badly. 弟弟被[车][出租车]轧了，受了重伤。 Em trai tôi bị xe [{xe ô tô/ xe hơi}, xe tắc xi] tông nên bị thương nặng.
⑥ ☐	タクシーを呼ぶ	・お客さんが帰るので、電話でタクシーを呼んだ。 The customer was ready to go home, so I called a taxi on the phone. 客人要回去了，我打电话叫出租车来。 Khách ra về nên tôi đã điện thoại gọi xe tắc xi.
⑦ ☐	タクシーを拾う	・夜遅いし、雨も降ってきたから、タクシーを拾って帰ろう。 Let's catch a taxi and go home as it is late and it has started raining. 夜深了，还下着雨，我还是拦一辆出租车回家吧。 Buổi tối khuya, lại còn mưa nên tôi đã bắt xe tắc xi về nhà.
⑧ ☐	タクシーを止める	・交差点でタクシーを止めて、乗った。 I stopped a taxi at the intersection and got in it. 我在十字路口拦了一辆出租车乘了上去。 Tôi đã chặn và lên xe tắc xi ở trước ngã tư. ※ "止める" here has a different meaning from ③. It means that the person other than driving the taxi stops the taxi that is coming. ／ ※ 这里的"止める"，区别于③。除了表示开出租车的人把车停下之外，也可用于表示他人拦下出租车的意思。／ Từ "止める" ở đây có nghĩa là một người nào đó không phải là tài xế tắc xi chặn tắc xi đang chạy lại, khác với ý nghĩa ở ③.

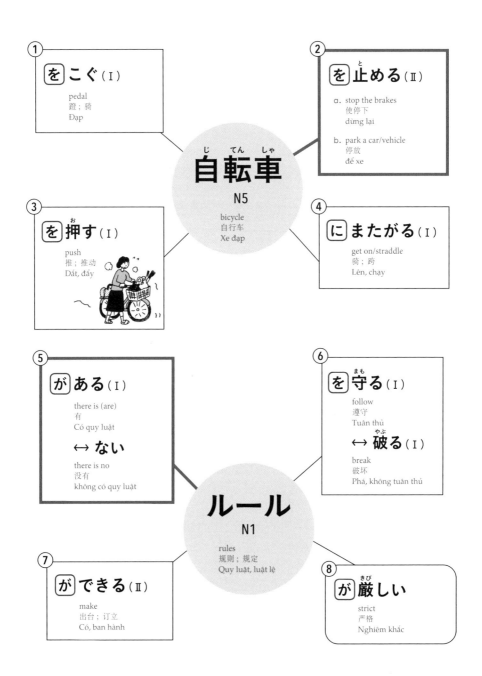

① を こぐ (Ⅰ)
pedal
蹬；骑
Đạp

② を 止(と)める (Ⅱ)
a. stop the brakes
使停下
dừng lại

b. park a car/vehicle
停放
để xe

自転車(じてんしゃ)
N5
bicycle
自行车
Xe đạp

③ を 押(お)す (Ⅰ)
push
推；推动
Dắt, đẩy

④ に またがる (Ⅰ)
get on/straddle
骑；跨
Lên, chạy

⑤ が ある (Ⅰ)
there is (are)
有
Có quy luật

↔ ない
there is no
没有
không có quy luật

⑥ を 守(まも)る (Ⅰ)
follow
遵守
Tuân thủ

↔ 破(やぶ)る (Ⅰ)
break
破坏
Phá, không tuân thủ

ルール
N1
rules
规则；规定
Quy luật, luật lệ

⑦ が できる (Ⅱ)
make
出台；订立
Có, ban hành

⑧ が 厳(きび)しい
strict
严格
Nghiêm khắc

🔊 A-19

① ☐	自転車をこぐ	・坂道を上るときは、力を入れて**自転車をこぐ**。 When going uphill, pedal the bicycle as hard as you can. 骑自行车上坡的时候，要用力蹬。 Khi leo dốc, tôi dùng sức để đạp xe.
② ☐	自転車を止める	a. 犬が走って来たので、ブレーキをかけて**自転車を止め**た。 A dog was running towards me, so I put the brake on to stop my bicycle. 有只狗跑了过来，我赶紧刹车停下了自行车。 Có con chó chạy tới nên tôi đã bóp thắng để xe đạp dừng lại. b. 公園に**自転車を止め**て、散歩をした。 I parked my bicycle in the park and went for a walk. 我把车停在了公园里，散了个步。 Tôi để xe ở công viên để vào đi dạo.
③ ☐	自転車を押す	・坂道で**自転車を押**して歩いた。 I pushed my bicycle up the slope. 我推着自行车走上了坡。 Ở đường dốc tôi xuống xe dắt bộ.
④ ☐	自転車にまたがる	・スカートよりズボンの方が、**自転車にまたが**りやすい。 It is easier to get on a bicycle in pants than in a skirt. 骑自行车的时候，裤子比裙子更方便。 Mặc quần thì dễ chạy xe đạp hơn mặc váy.
⑤ ☐	ルールがある ↔ ない	・道路には、いろいろな交通の**ルールがある**。 There are various traffic rules to the road. 道路上有各种各样的交通规则。 Trên đường thì có nhiều luật lệ giao thông. ・道を歩く人には**ルールがない**と思っていたが、いろいろあって驚いた。 I thought there were no rules for pedestrians, but was surprised to find there are various rules. 我震惊了，本以为行人在道路上没什么规则，居然有那么多。 Tưởng rằng không có luật cho người đi bộ, nhưng khi biết có nhiều luật thì tôi bất ngờ.
⑥ ☐	ルールを守る ↔ 破る	・道路では、人も車も交通**ルールを守**らなければならない。 On the road, both pedestrians and drivers must follow the rules. 在道路上，行人和车辆都不能不遵守交通规则。 Khi lưu thông trên đường, người và xe phải tuân thủ luật giao thông. ・交通**ルールを破**って、警官から注意された。 I broke a traffic rule and was warned by the police. 因为我没有遵守交通规则，被警察告诫了。 Tôi bị cảnh sát chú ý vì không tuân thủ luật giao thông.
⑦ ☐	ルールができる	・今年、オートバイのための新しい**ルールができ**た。 They made new rules for motorcycles this year. 今年出台了关于摩托车的新规定。 Năm nay có luật mới dành cho người đi xe máy.
⑧ ☐	ルールが厳しい	・車の運転は、安全のための**ルールが厳し**い。 They are strict about the safety rules for driving vehicles. 关于驾驶机动车的交通规则很严格。 Vì an toàn nên luật dành cho người lái xe hơi rất nghiêm khắc.

1 衣
2 食
3 住
4 交通
5 学校
6 仕事
7 お金・買い物
8 情報・通信

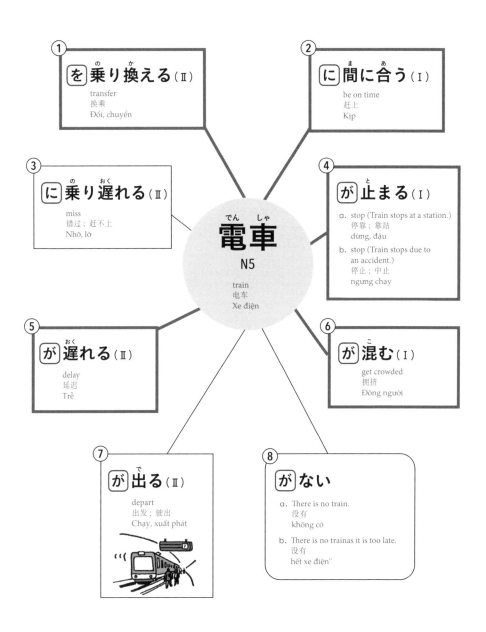

1

を乗り換える (Ⅱ)

transfer
换乘
Đổi, chuyển

2

に間に合う (Ⅰ)

be on time
赶上
Kịp

3

に乗り遅れる (Ⅱ)

miss
错过；赶不上
Nhỡ, lỡ

4

が止まる (Ⅰ)

a. stop (Train stops at a station.)
停靠；靠站
dừng, đậu

b. stop (Train stops due to an accident.)
停止；中止
ngưng chạy

電車
N5

train
电车
Xe điện

5

が遅れる (Ⅱ)

delay
延迟
Trễ

6

が混む (Ⅰ)

get crowded
拥挤
Đông người

7

が出る (Ⅱ)

depart
出发；驶出
Chạy, xuất phát

8

がない

a. There is no train.
没有
không có

b. There is no trainas it is too late.
没有
hết xe điện"

🔊))) A-20

① ☐	電車を乗り換える	・「銀座へ行くなら、次の駅で電車を乗り換えてください。」 If you are going to the Ginza, please transfer trains at the next station. 去银座的话，请在下一站换乘。 Để đi đến Ginza thì hãy đổi tàu ở ga tiếp theo. ※ You can also say "電車〔を／から〕バスに乗り換える". / 也可以说"电车〔を／から〕バスに乗り換える"。/ Cũng có cách nói「電車〔を／から〕バスに乗り換える」. ex) 新宿駅で電車からバスに乗り換えて、友だちのうちへ行った。
② ☐	電車に間に合う	・走って行けば、8時の電車に間に合うだろう。 If you run, you will be on time for the 8 o'clock train. 跑着过去的话，还能赶上8点的电车。 Nếu chạy thì có thể kịp chuyến xe 8 giờ.
③ ☐	電車に乗り遅れる	・寝坊をして、電車に乗り遅れてしまった。 I overslept and missed the train. 一不小心睡过头，错过了电车。 Do ngủ dậy trễ nên tôi đã lỡ chuyến xe điện.
④ ☐	電車が止まる	a. 駅のホームに電車が止まっている。 The train is stopping at the platform of the station. 电车停靠在站台。 Xe điện dừng ở ga. b. 事故で電車が止まっているそうだ。 I heard that the train stopped due to an accident. 因为事故，电车运行中止了。 Nghe nói xe điện ngưng chạy do tại nạn.
⑤ ☐	電車が遅れる	・大雪のせいで、電車が遅れている。 Due to heavy snow, the train was delayed. 因为大雪，电车延迟了。 Do tuyết rơi nhiều nên xe điện bị trễ.
⑥ ☐	電車が混む	・朝と夕方は、電車が混む。 The train gets crowded in the morning and evening. 早上和傍晚的电车很拥挤。 Sáng và chiều xe điện rất đông người.
⑦ ☐	電車が出る	・駅に着いたら、ちょうど電車が出たところで、乗ることができなかった。 When I arrived at the station, the train had just left, so I was not able to get on it. 我刚到车站，电车刚发车，没赶上。 Khi đến ga thì xe điện vừa mới chạy, tôi đã không kịp lên tàu.
⑧ ☐	電車がない	a. 私の住んでいる所は、電車がないので、車やバスを使っている。 There is no train service where I live, so I use a car or the bus. 我住的地方没有电车，只能自己开车或者坐巴士。 Chỗ tôi sống không có xe điện nên chỉ dùng xe hơi và xe buýt. b. 友だちと遅くまでお酒を飲んでいたら、電車がなくなってしまった。 I was drinking with my friends until late at night, so there was no train. 和朋友一起喝酒喝到很晚，没有电车了。 Vì uống rượu với bạn bè cho đến khuya nên đã hết xe điện.

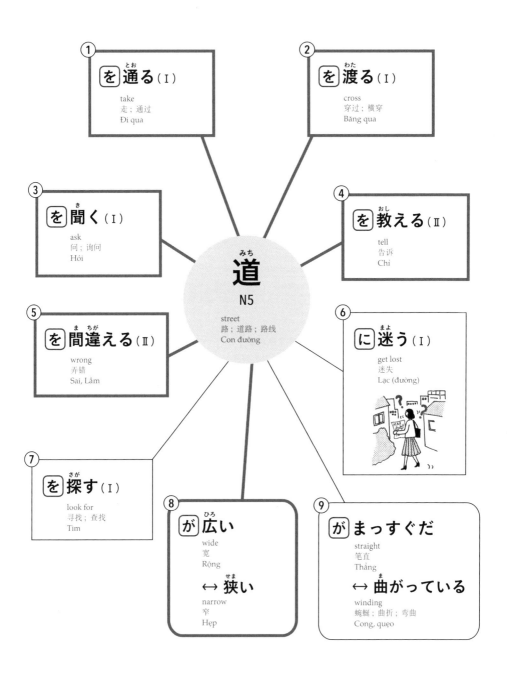

① を通る（Ⅰ）
take
走；通过
Đi qua

② を渡る（Ⅰ）
cross
穿过；横穿
Băng qua

③ を聞く（Ⅰ）
ask
问；询问
Hỏi

④ を教える（Ⅱ）
tell
告诉
Chỉ

道
N5
street
路；道路；路线
Con đường

⑤ を間違える（Ⅱ）
wrong
弄错
Sai, Lầm

⑥ に迷う（Ⅰ）
get lost
迷失
Lạc (đường)

⑦ を探す（Ⅰ）
look for
寻找；查找
Tìm

⑧ が広い
wide
宽
Rộng
↔ 狭い
narrow
窄
Hẹp

⑨ がまっすぐだ
straight
笔直
Thẳng
↔ 曲がっている
winding
蜿蜒；曲折；弯曲
Cong, quẹo

🔊))) **A-21**

① ☐	道を通る	・今日は、いつもと違う道を通って学校へ行った。 I took a different street than usual to get to school today. 今天走了一条和平时不一样的路去学校。 Hôm nay tôi đi đường khác mọi hôm để đi đến trường.
② ☐	道を渡る	・道を渡るときは、車に気をつけよう。 Be careful of the cars when you cross the street. 过马路的时候，要注意车辆。 Khi băng qua đường thì phải cẩn thận xe cộ.
③ ☐	道を聞く	・いろいろな人に道を聞いて、やっとホテルに着いた。 I finally arrived at the hotel after asking many people how to get here. 在向很多人问了路之后，我终于到达了酒店。 Cuối cùng thì tôi cũng về đến được khách sạn sau khi hỏi đường nhiều người.
④ ☐	道を教える	・旅行者に聞かれたので、道を教えてあげた。 A traveler asked me the way, so I told her. 有旅行者向我问了路，我把路线告诉了他。 Khách du lịch hỏi đường nên tôi đã chỉ cho họ.
⑤ ☐	道を間違える	・友だちのうちへ行く道を間違えて、知らない人のうちへ行ってしまった。 I took the wrong way to my friend's house, and ended up arriving at a stranger's house. 我不小心弄错了去朋友家的路，走到陌生人家里去了。 Tôi đã đi nhầm đường đến nhà bạn tôi nên đã đi đến nhà của một người không quen biết.
⑥ ☐	道に迷う	・地図がなくて、道に迷ってしまった。ここはどこだろう。 Since I don't have a map, I got lost. Where am I? 没有地图，我不小心迷路了。这里是哪里啊。 Không có bản đồ nên tôi đã bị lạc đường. Không biết ở đây là chỗ nào?
⑦ ☐	道を探す	・スマホの地図で、地下鉄の駅までの道を探した。 Using the map on my smartphone, I looked for the way to the subway station. 我在手机的地图上查了去地铁站的路。 Tôi đã tìm đường đến ga xe điện ngầm bằng bản đồ điện thoại.
⑧ ☐	道が広い ↔ 狭い	・ここは道が広くて、大きな車でも運転しやすい。 The street is wide here, so it is easy to drive even a large vehicle. 这里的路很宽，大型车辆也能轻松通行。 Ở đây đường rộng nên xe hơi to cũng lái dễ dàng. ・道が狭いので、自転車を降りて押して歩いた。 Since the street is narrow, I got off my bicycle and walked it. 路太窄了，我只好从自行车上下来推着走了。 Vì đường hẹp nên xuống xe dắt bộ.
⑨ ☐	道がまっすぐだ ↔ 曲がっている	・道がまっすぐなので、遠くの景色がよく見える。 The street is straight, so I can see the distant scenery very easily. 笔直的道路，让我们可以清楚地看到远处的风景。 Vì đường thẳng nên có thể nhìn thấy phong cảnh ở xa. ・大きく道が曲がっていると、運転がしにくい。 It is hard to drive when the road winds a lot. 道路弯度过大的话，会很不好开车。 Đường cong gấp nên lái xe khó.

4 交通　確認問題

1 （　）に反対の意味の言葉を入れなさい。

① ルールを守る　　　↔　ルールを（　　　　　　　）

② ルールがない　　　↔　ルールが（　　　　　　　）

③ 道が狭い　　　　　↔　道が（　　　　　　）

④ 道が曲がっている　↔　道が（　　　　　　）

2 「〜が止まる」という形にできる言葉を全部選んで○をつけなさい。

ルール	タクシー	電車	自動車	道

3 一緒に使う言葉を［　］から全部選んで○をつけなさい。

① 道を　　　　［探す　　　見つかる　　渡す　　　通る　　］

② 自転車を　　［止める　　こぐ　　　　乗る　　　押す　　］

③ 電車が　　　［降りる　　遅れる　　　乗る　　　混む　　］

④ タクシーを［呼ぶ　　　聞く　　　　できる　　運転する　］

4 ＿＿の言葉が正しければ○を、間違っていれば直して、（　）に入れなさい。

① 向こうから来たタクシーを止めて（→　　　　　　　　　）、乗った。

② 駅に着いたら、電車はもう出して（→　　　　　　　　）いた。

③ 駅へ行く道がわからなかったので、歩いている人に教えられて（→　　　　　　）

　もらった。

④ 道が細かくて（→　　　　　　　　）、自転車に乗るのも難しかった。

5 { } の中の正しい方を選んで○をつけなさい。

① 安全運転のためのルールが { 厳しくて　　まじめで }、大変だ。

② ホテルに戻ろうとしたら、道に { 迷って　　困って } しまった。

③ ペットの犬が、車に { ひかれて　　倒れて } しまった。

④ 小さい子どもが自転車に { またがる　　止める } のは、難しいようだ。

6 ◻️ から言葉を選び、適当な形にして [ ] の中に入れなさい。1つの言葉は1回しか選べません。

> こぐ　　きく　　ひろう　　まちがえる　　のりおくれる

入学試験の日の朝、電車に [①　　　　　] たので、タクシーを [②　　　　　] て、大学へ行くことにした。でも、道が混んでいて、自転車を [③　　　　　] でいる人のほうが速く進んでいた。そのうえ、運転手が道を [④　　　　　] てしまった。もう走った方が早いと思って、タクシーを降りて、いろいろな人に道を [⑤　　　　　] ながらやっと大学に着いた。でも、もう試験は始まっていた。

7 ( ) に何を入れますか。1～4から一番いいものを1つ選びなさい。

① 「東京駅に行くなら、この駅で電車を ( ) といいですよ。」

1 乗り換える　　2 押す　　　　3 変える　　　　4 出す

② 「車は、向こうの駐車場に ( ) ください。」

1 止めて　　　　2 ぶつけて　　3 運転して　　　4 押して

③ 夜遅くまで仕事をしていたら、電車が ( ) しまったので、その日はホテルに泊まった。

1 混んで　　　　2 迷って　　　3 倒れて　　　　4 なくなって

5 学校

School　学校　Trường học

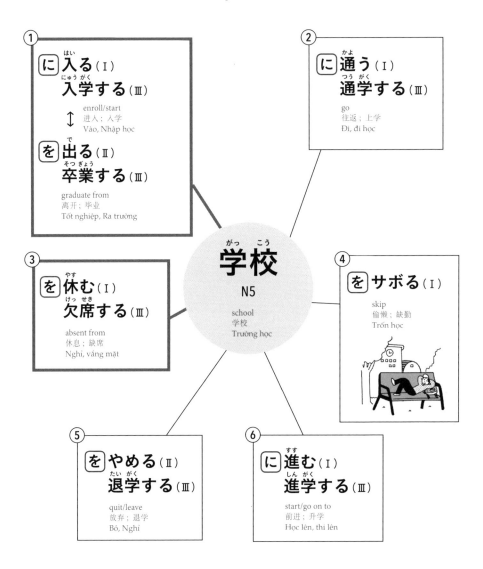

①
に 入る（Ⅰ）
入学する（Ⅲ）
enroll/start
进入；入学
Vào, Nhập học

↕

を 出る（Ⅱ）
卒業する（Ⅲ）
graduate from
离开；毕业
Tốt nghiệp, Ra trường

②
に 通う（Ⅰ）
通学する（Ⅲ）
go
往返；上学
Đi, đi học

③
を 休む（Ⅰ）
欠席する（Ⅲ）
absent from
休息；缺席
Nghỉ, vắng mặt

学校
N5
school
学校
Trường học

④
を サボる（Ⅰ）
skip
偷懒；缺勤
Trốn học

⑤
を やめる（Ⅱ）
退学する（Ⅲ）
quit/leave
放弃；退学
Bỏ, Nghỉ

⑥
に 進む（Ⅰ）
進学する（Ⅲ）
start/go on to
前进；升学
Học lên, thi lên

※ This applies to elementary, junior high school, high school, university and other schools.
小学，初中，高中，大学等的升学均可用此表示。
Cùng có thể sử dụng cho trường tiểu học, trung học, phổ thông, đại học và các hệ thống trường khác nhau.

🔊 A-22

① ☐	学校に{入る／入学する} ↕ 学校を{出る／卒業する}	・息子は、来年、小学校に{入る／入学する}。 My son will start elementary school next year. 儿子明年要上小学了。 Năm sau con trai tôi vào lớp một (tiểu học) ・学校を{出／卒業し}たら、外国で働きたい。 When I graduate from school, I'd like to work in a foreign country. 从学校毕业以后，我想去国外工作。 Sau khi (ra trường/ tốt nghiệp), tôi muốn làm việc ở nước ngoài.
② ☐	学校に{通う／通学する}	・バスで学校に{通っ／通学し}ている。 I {go} to school by bus. 我一直坐巴士上学。 Đến trường bằng xe buýt.
③ ☐	学校を{休む／欠席する}	・病気で1週間、学校を{休んだ／欠席した}。 I was absent from [school][class] due to sickness. 因为生病，缺席了一个礼拜的课。 Vì bị bệnh nên tôi đã [nghỉ học][vắng mặt] một tuần.
④ ☐	学校をサボる	・勉強がつまらないので、学校をサボって映画を見に行った。 Because it is boring to study, I skipped [school] [class] and went to see a movie. 学习太无聊了，我就旷课去看了电影。 Vì chán học nên tôi đã trốn [học] [tiết học] để đi xem phim.
⑤ ☐	学校を{やめる／退学する}	・家の都合で、学校を{やめ／退学し}て働いた。 Due to the situation at home, I {quit/left} school and worked. 因为家里的原因，我不得不退了学去工作。 Vì điều kiện gia đình nên tôi đã (bỏ, nghỉ) học để đi làm.
⑥ ☐	学校に{進む／進学する}	・私は今、高校3年生で、来年大学に{進む／進学する}。 I am a junior in my high school now and will {start/go on to} university next year. 我现在是高三的学生，明年就要上大学了 Năm nay tôi là học sinh lớp 12, năm sau tôi sẽ (học lên/ thi lên) đại học.

1 衣
2 食
3 住
4 交通
5 学校
6 仕事
7 お金・買い物
8 情報・通信

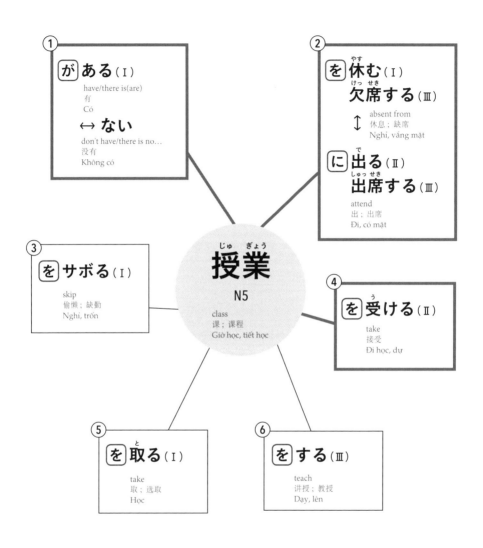

① が ある（I）
have/there is(are)
有
Có

↔ ない
don't have/there is no…
没有
Không có

② を 休む（I）
欠席する（Ⅲ）
↕ absent from
休息；缺席
Nghỉ, vắng mặt

に 出る（Ⅱ）
出席する（Ⅲ）
attend
出；出席
Đi, có mặt

③ を サボる（I）
skip
偷懒；缺勤
Nghỉ, trốn

授業
N5
class
课；课程
Giờ học, tiết học

④ を 受ける（Ⅱ）
take
接受
Đi học, dự

⑤ を 取る（I）
take
取；选取
Học

⑥ を する（Ⅲ）
teach
讲授；教授
Dạy, lên

※ "授業" is also called as "講義" at university.
"授業" 在大学亦称作 "講義"。
"授業" ở trường đại học thì dùng từ "講義".

68

🔊 **A-23**

① ☐	授業_{じゅぎょう}がある ↔ ない	・私_{わたし}は、一日_{いちにち}に５つ授業_{じゅぎょう}がある。 I have five classes a day. 我一天有 5 节课。 Một ngày tôi có 5 tiết học. ・授業_{じゅぎょう}がない日_ひは、アルバイトをしている。 When I don't have any classes, I have a part-time job. 没有课的日子我都在打工。 Những ngày không có giờ học tôi đi làm thêm.
② ☐	授業_{じゅぎょう}を{休_{やす}む／欠席_{けっせき}する} ↕ 授業_{じゅぎょう}に{出_でる／出席_{しゅっせき}する}	・授業_{じゅぎょう}を{休_{やす}んだ／欠席_{けっせき}した}ので、友_{とも}だちにノートを見_みせてもらった。 Since I was absent from the class, I asked my friend to show me his notebook. 因为没去上课，我就找朋友借了笔记来看。 Vì tôi nghỉ học nên tôi đã nhờ bạn cho xem vở chép bài. ・最近_{さいきん}、友_{とも}だちはアルバイトばかりして、授業_{じゅぎょう}に{出_で／出席_{しゅっせき}し}なくなった。 Lately my friend does nothing but her part-time job and ended up not {attending} class. 最近，我朋友总是在打工，都不怎么来上课了。 Gần đây bạn tôi chỉ làm thêm thôi nên thường không đi học.
③ ☐	授業_{じゅぎょう}をサボる	・友_{とも}だちは、よく授業_{じゅぎょう}をサボって遊_{あそ}びに行_いっている。 My friend often skips class and goes out to have fun. 我朋友经常翘课出去玩儿。 Bạn tôi thường trốn tiết học để đi chơi.
④ ☐	授業_{じゅぎょう}を受_うける	・学校_{がっこう}で、週_{しゅう}に 25 時間_{じかん}授業_{じゅぎょう}を受_うけている。 I am taking 25 hours of classes a week at school. 我在学校每周上 25 小时的课。 Ở trường tôi đi học 25 tiếng một tuần.
⑤ ☐	授業_{じゅぎょう}を取_とる	・絵_えが好_すきなので、美術_{びじゅつ}の授業_{じゅぎょう}を取_とっている。 I like taking art class. 我喜欢画画，所以我选了美术课。 Tôi thích tranh ảnh nên tôi đã học giờ Mỹ thuật. ※ " 取_とる " means that one will choose from various classes. / "取る"有从众多的课程中选修其中的一些课程的意思。/ 「取る」có nghĩa là lựa chọn môn học từ nhiều tiết học.
⑥ ☐	授業_{じゅぎょう}をする	・田中先生_{たなかせんせい}は、毎日_{まいにち}３つのクラスで授業_{じゅぎょう}をしている。 Professor Tanaka teaches three classes a day. 田中老师每天给 3 个班上课。 Thầy Tanaka thì dạy 3 lớp.

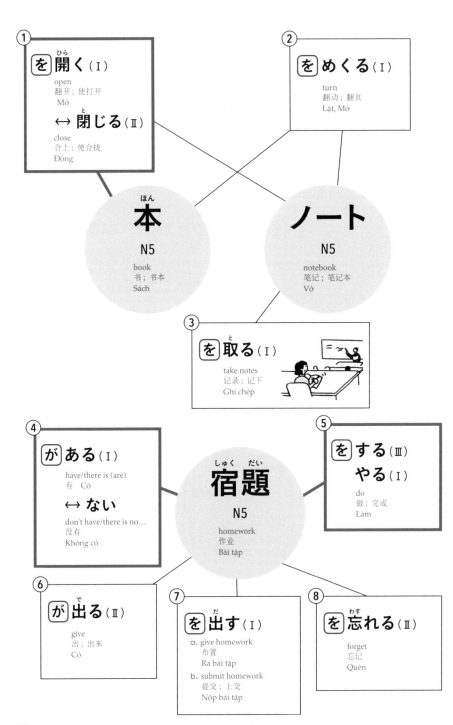

① を 開く（I）
ひら
open
翻开；使打开
Mở

↔ 閉じる（II）
と
close
合上；使合拢
Đóng

② を めくる（I）
turn
翻动；翻页
Lật, Mở

本
ほん
N5
book
书；书本
Sách

ノート
N5
notebook
笔记；笔记本
Vở

③ を 取る（I）
と
take notes
记录；记下
Ghi chép

④ が ある（I）
have/there is (are)
有　Có

↔ ない
don't have/there is no…
没有
Không có

宿題
しゅく　だい
N5
homework
作业
Bài tập

⑤ を する（III）
やる（I）
do
做；完成
Làm

⑥ が 出る（II）
で
give
出；出来
Có

⑦ を 出す（I）
だ
a. give homework
布置
Ra bài tập
b. submit homework
提交；上交
Nộp bài tập

⑧ を 忘れる（II）
わす
forget
忘记
Quên

70

🔊 **A-24**

① ☐	[本][ノート]を開く ↔ 閉じる	・授業の最初に、[本][ノート]を開いた。 At the start of the class, I opened my [book][notebook]. 上课一开始，我就翻开了[书本][笔记本]。 Đầu tiết học thì tôi đã mở[sách][vở]ra sẵn.
		・授業が終わったので、[本][ノート]を閉じた。 As the class was finished, I closed my [book][notebook] 课上完了，我合上了[书本][笔记本]。 Hết giờ học nên tôi đóng [sách] [vở] lại.
② ☐	[本][ノート]をめくる	・図書館の中は静かで、本をめくる音だけが聞こえる。 It is so quiet in the library, all you can hear is the turning of pages. 图书馆里很安静，只听得到翻动书本的声音。 Trong thư viện rất yên tĩnh nên có thể nghe thấy tiếng lật sách vở.
		・ノートをめくって、昨日授業でやったところを見た。 Turning the pages of the notebook, I saw what we did in class yesterday. 我翻了翻笔记，看了看昨天课上讲过的内容。 Lật vở ra để xem hôm qua học gì trong lớp học.
		※ There is also an expression " ページをめくる ". / 另一种说法是"ページをめく る"。/Cũng có cách nói「ページをめくる」.
③ ☐	ノートを取る	・授業中ノートを取らないと、内容を忘れてしまう。 If I don't take notes during class, I forget the content. 课上不记笔记的话，会忘记讲过的内容的。 Trong giờ học không ghi chép vào vở nên tôi đã quên mất nội dung.
④ ☐	宿題がある ↔ ない	・私の学校は夏休み、冬休みは宿題があるが、春休みはない。 There is homework during the summer and winter break at my school, but I don't have it during the spring break. 我们学校暑假和寒假有作业，春假没有。 Trường tôi thì có bài tập vào dịp nghỉ hè, đông nhưng nghỉ xuân thì không có.
⑤ ☐	宿題を{する／やる}	・学校から帰ったら、すぐ宿題を{する／やる}。 When I get home from school, I {do} homework right away. 我放学回家后，马上就做作业。 Đi học về là tôi làm bài tập liền.
⑥ ☐	宿題が出る	・今日は1つも宿題が出なかったので、たくさん遊べる。 No homework was given today, so I can play a lot. 今天一项作业都没有，可以玩个痛快了。 Hôm nay 1 bài tập cũng không có nên có thể tha hồ chơi.
⑦ ☐	宿題を出す	a.先生は、いつも私たちにたくさん宿題を出す。 The teacher always gives us a lot of homework. 老师经常给我们布置很多作业。 Giáo viên lúc nào cũng ra nhiều bài tập. b.先生に、やってきた宿題を出した。 I submitted the homework I did to my teacher. 我把做好的作业上交给了老师。 Cuối cùng thì cũng nộp hết bài tập cho giáo viên rồi.
⑧ ☐	宿題を忘れる	・宿題を忘れて、先生に注意された。 I was warned by my teacher for forgetting the homework. 我把作业忘了，被老师警告了。 Vì quên bài tập nên bị giáo viên khiển trách. ※ There are two meanings: "forget to do the homework" and "forget to bring the homework one has done". / 有"忘记做作业"和"忘记带作业"两种意思。/ Có hai nghĩa, một là "quên làm bài tập" nhưng cũng có nghĩa là "quên mang theo bài tập đã làm".

1 衣　2 食　3 住　4 交通　5 学校　6 仕事　7 お金・買い物　8 情報・通信

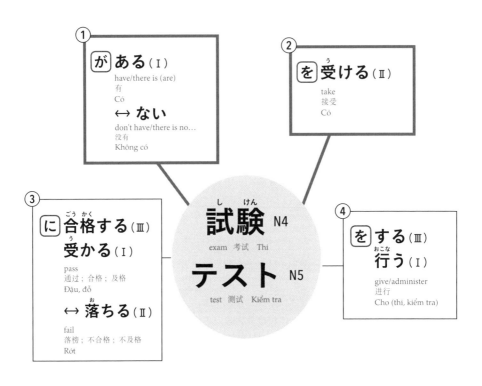

1

が ある（Ⅰ）
have/there is (are)
有
Có

↔ ない
don't have/there is no...
没有
Không có

2

を 受ける（Ⅱ）
take
接受
Có

3

に 合格する（Ⅲ）
受かる（Ⅰ）
pass
通过；合格；及格
Đậu, đỗ

↔ 落ちる（Ⅱ）
fail
落榜；不合格；不及格
Rớt

試験 N4
exam 考试 Thi

テスト N5
test 测试 Kiểm tra

4

を する（Ⅲ）
行う（Ⅰ）
give/administer
进行
Cho (thi, kiểm tra)

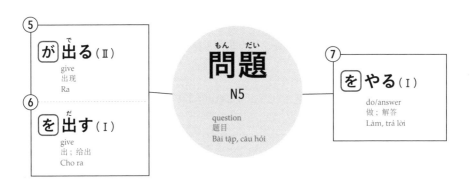

5

が 出る（Ⅱ）
give
出现
Ra

6

を 出す（Ⅰ）
give
出；给出
Cho ra

問題
N5
question
题目
Bài tập, câu hỏi

7

を やる（Ⅰ）
do/answer
做；解答
Làm, trả lời

① ☐	{試験／テスト} がある ↔ ない	・明日、数学の{試験／テスト}がある。 There is going to be a math {exam/test} tomorrow. 明天有数学考试. Ngày mai tôi có (thi/ kiểm tra) môn Toán. ・大学には、入学試験がないところもある。 Some universities do not have entrance exams. 有些大学没有入学考试. Cũng có những trường đại học không có kỳ thi tuyển vào đại học. ※ "試験" is usually larger in scale than "テスト". / 多数情况下"试验"的规模比"テスト"大。/「試験」thi thường có quy mô lớn hơn「テスト」.
② ☐	{試験／テスト} を受ける	・学校では学期に何回か{試験／テスト}を受ける。 At school, we take {exams/tests} a few times a semester. 在学校, 一学期要考好几次试. Ở trường thì trong học kỳ sẽ có mấy lần (thi/ kiểm tra).
③ ☐	{試験／テスト} に{合格する／受かる} ↔ 落ちる	・入学試験に{合格し／受かっ}て、大学に行くことが決まった。 I passed the entrance exam, so I can go to the university. 我决定要通过入学考试, 去大学读书. Đỗ kỳ thi tuyển sinh nên tôi được học lên đại học. ※ Verbs such as "通る" "パスする" may be also used./ 也可用"通る"和"パスする"这些动词来表示。/ Cũng có thể sử dụng những động từ như「通る」「パスする」. ※ The exam for entering school is also referred to as "入試". /※ 判定入学资格的考试, 亦略称为"入试"。/ Vì là kỳ thi tuyển sinh đại học nên cũng có thể nói「入試」. ・{試験／テスト}に落ちたので、もう一度受けることにした。 I failed the {exam/test}, so I decided to take it again. 我考试没及格, 重考了. Vì (thi/ kiểm tra) bị rớt nên tôi quyết đi thi lại lần nữa. ※ There are other expressions such as "不合格だった" and "不合格になった"./ 也可以说"不合格だった"、"不合格になった"。/ Cũng có cách nói「不合格だった」「不合格になった」. × 不合格する
④ ☐	{試験／テスト} を{する／行う}	・鈴木先生は、授業の前にいつも漢字のテストを{する／行う}。 Professor Suzuki always {gives/administers} the kanji test before class. 铃木老师每次在上课前都会进行汉字测试. Thầy (cô) Suzuki trước mỗi giờ học cho kiểm tra Hán tự. ※ "行う" is more formal than "する". /"行う"比"する"更加正式。/ Cách nói「行う」thì cứng hơn「する」.
⑤ ☐	問題が出る	・教科書で勉強した中から、試験の問題が出た。 The exam questions were given from those studied in the textbook. 从教科书上学过的内容里出了这次考试的题目. Phần câu hỏi thi được lấy từ trong những kiến thức đã học trong sách giáo khoa.
⑥ ☐	問題を出す	・山田先生は、いつもテストに難しい問題を出す。 Professor Yamada always gives the hard questions in the test. 山田老师经常在考试的时候出一些很难的题目. Thầy (cô) Yamada lúc nào cũng cho những câu hỏi khó trong bài kiểm tra.
⑦ ☐	問題をやる	・試験の時間が短いので、急いで問題をやった。 The exam time was short, so I answered questions in a hurry. 考试的时间很短, 我抓紧时间答了题. Vì thời gian thi ngắn nên tôi trả lời gấp.

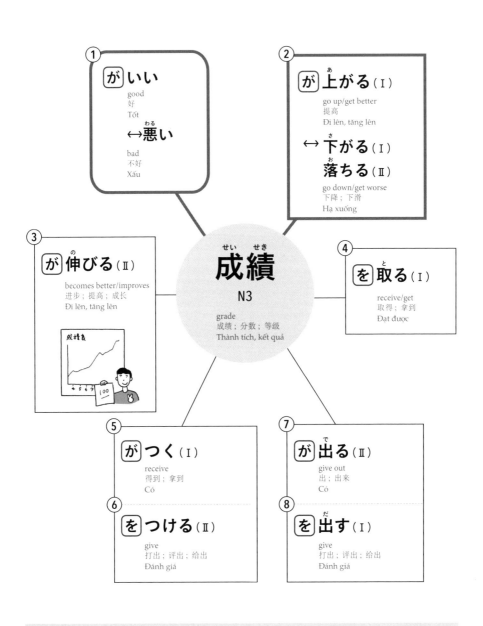

① が いい
good
好
Tốt

↔ 悪い
bad
不好
Xấu

② が 上がる（I）
go up/get better
提高
Đi lên, tăng lên

↔ 下がる（I）
落ちる（II）
go down/get worse
下降；下滑
Hạ xuống

③ が 伸びる（II）
becomes better/improves
进步；提高；成长
Đi lên, tăng lên

成績
せいせき
N3

grade
成绩；分数；等级
Thành tích, kết quả

④ を 取る（I）
receive/get
取得；拿到
Đạt được

⑤ が つく（I）
receive
得到；拿到
Có

⑥ を つける（II）
give
打出；评出；给出
Đánh giá

⑦ が 出る（II）
give out
出；出来
Có

⑧ を 出す（I）
give
打出；评出；给出
Đánh giá

※ This is also used for "（テストなどの）点".

也可用于"（テストなどの）点"。

Cùng có thể sử dụng với "（テストなどの）点".

🔊 A-26

① ☐	せいせき **成績がいい** ↔ わる **悪い**	・テストは難_{むずか}しかったが、思_{おも}ったより**成績**_{せいせき}が良_よかった。 The test was difficult, but my grade was better than I thought. 虽然考试很难，但是成绩比我想象的好。 Bài thi thì khó nhưng thành tích lại tốt hơn tôi nghĩ. ・この学期_{がっき}はあまり勉強_{べんきょう}しなかったので、**成績**_{せいせき}が悪_{わる}かった。 I got bad grades because I didn't study very much this semester. 这个学期没怎么学习，成绩也不太好。 Học kỳ này tôi không có học hành nhiều nên thành tích xấu.
② ☐	せいせき あ **成績が上がる** ↔ さ お {**下がる／落ちる**}	・この学期_{がっき}は、前_{まえ}の学期_{がっき}より**成績**_{せいせき}が上_あがってうれしかった。 I was glad that my grades {got better} than the previous semester. 这个学期的成绩比上个学期有所提升，我很开心。 Học kỳ này thì thành tích đi lên so với học kỳ trước nên tôi vui. ・去年_{きょねん}より**成績**_{せいせき}が{下_さがっ／落_おち}てしまった。 My grades {went down/got worse} compared to last year. 我的成绩比去年有所下滑。 Thành thích hạ xuống so với năm ngoái. ※ Verbs "アップする↔ダウンする" may also be used. / 也可用动词"アップする↔ダウンする"来表达。/ Cũng có thể dùng động từ「アップする↔ダウンする」。
③ ☐	せいせき の **成績が伸びる**	・がんばって勉強_{べんきょう}したら、だんだん**成績**_{せいせき}が伸_のびてきた。 I studied hard, then my grades gradually improved. 在我的努力学习下，成绩渐渐有所提高了。 Do cố gắng học hành nên thành tích đi lên.
④ ☐	せいせき と **〜成績を取る**	・努力_{どりょく}したおかげで、いい**成績**_{せいせき}を取_とることができた。 Due to my hard work, I received a good grade. 多亏我努力了，才取得了好成绩。 Do nỗ lực nên tôi đạt được thành tích tốt.
⑤ ☐	せいせき **成績がつく**	・テストが良_よかったので、今学期_{こんがっき}は**成績**_{せいせき}がつくのが楽_{たの}しみだ。 My test went well, so I look forward to receiving my grade this semester. 考试考得还不错，可以期待一下这个学期会拿什么成绩。 Bài thi làm tốt nên học kỳ này tôi mong là sẽ có thành tích tốt.
⑥ ☐	せいせき **成績をつける**	・先生_{せんせい}は、学期_{がっき}の最後_{さいご}に学生_{がくせい}の**成績**_{せいせき}をつける。 Grades were given out one week after the test was finished. 老师在期末要给学生们打分。 Giáo viên đánh giá thành tích của sinh viên vào cuối học kỳ.
⑦ ☐	せいせき で **成績が出る**	・テストが終_おわって1週間後_{いっしゅうかんご}に、**成績**_{せいせき}が出_でた。 The grades came out one week after the test. 考试结束后1周后出了成绩。 Thi xong 1 tuần sau thì có kết quả.
⑧ ☐	せいせき だ **成績を出す**	・先生_{せんせい}は、出席日数_{しゅっせきにっすう}もみて**成績**_{せいせき}を出_だす。 The teacher looks at the attendance when giving grades. 老师会根据出勤率来打成绩。 Giáo viên thì cũng đánh giá thành tích học tập dựa trên ngày đi học.

1（ ）に助詞を入れ、＿＿には左の＿＿と同じ意味になる言葉を入れなさい。言葉は、右の＿＿にあるひらがなから始めなさい。

① 学校（ 　 ） 入学する　＝　は＿＿＿＿＿＿＿＿＿
② 学校（ 　 ） 進学する　＝　す＿＿＿＿＿＿＿＿＿
③ 学校（ 　 ） 通学する　＝　か＿＿＿＿＿＿＿＿＿
④ 学校（ 　 ） 卒業する　＝　で＿＿＿＿＿＿＿＿＿
⑤ 学校（ 　 ） 退学する　＝　や＿＿＿＿＿＿＿＿＿
⑥ 授業（ 　 ） 出席する　＝　で＿＿＿＿＿＿＿＿＿
⑦ {授業／学校}（ 　 ） 欠席する　＝　や＿＿＿＿＿＿＿＿＿
⑧ 試験（ 　 ） 合格する　＝　う＿＿＿＿＿＿＿＿＿

2 一緒に使う言葉を［ ］から全部選んで○をつけなさい。

① 先生が［ 授業　宿題　試験　問題　成績 ］をする。
② 生徒が［ 授業　宿題　試験　問題　成績 ］を受ける。
③ 先生が［ 授業　宿題　試験　問題　成績 ］を出す。
④ 生徒が［ 宿題　問題　成績 ］をやる。
⑤ 先生が［ 授業　問題　成績 ］をつける。

3 ｛ ｝の中の正しい方を選んで○をつけなさい。

① この前のテストで、いい成績を｛ 出た　取った ｝。
② 今日、先週のテストの成績が｛ 出た　取れた ｝。
③ この学期は、前の学期より成績が｛ 上がった　高くなった ｝。
④ 一生懸命勉強したら、だんだん成績が｛ 伸びて　進んで ｝きた。

76

4 正しい文になるように、左と右の言葉を線でつなぎなさい。

① 昨日、英語のテストが　　　　　・　　　・サボった。

② テストでとても難しい問題が　・　　　・なかった。

③ 友だちは、数学が嫌で授業を　・　　　・あった。

④ 大学で、自分の好きな授業を　・　　　・出た。

⑤ 授業が終わったので、本を　　・　　　・閉じた。

⑥ 昨日は、大学のイベントで授業が・　　・取った。

5 ◻︎から言葉を選び、適当な形にして [　] の中に入れなさい。1つの言葉は1回しか選べません。

ある　　つく　　でる　　だす　　めくる　　ひらく

　今日、宿題が [①　　　　　] のをすっかり忘れて遊んでいたら、夜遅く、友だちから電話で「たくさん宿題が [②　　　　　] ているよ。」と言われた。あわててメモを見たら、本当にたくさんで驚いた。すぐに本とノートを [③　　　　　] て、すごいスピードで [④　　　　　] ながら、宿題をしていった。悪い成績が [⑤　　　　　] のが嫌なので、がんばった。そして、次の日、ちゃんと宿題を [⑥　　　　　] ことができた。

6 (　) に何を入れますか。1〜4から一番いいものを1つ選びなさい。

① 授業中、ノートを (　　) ながら、先生の話を聞いた。

　　1 し　　　　　2 メモし　　　3 取り　　　4 表し

② 今学期は、前の学期より成績が (　　) しまった。

　　1 押して　　　2 引いて　　　3 下りて　　　4 落ちて

③ 入学試験に (　　) ので、来年もう一度受けることにした。

　　1 落ちた　　　2 下がった　　3 ダウンした　4 不合格した

6 仕事

しごと

work/job 工作 Công việc, việc

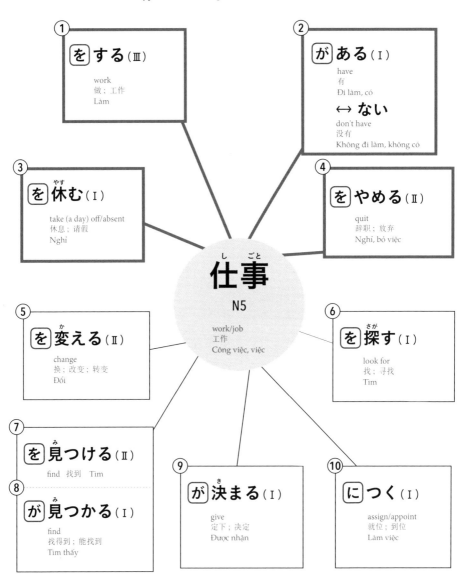

① **を する**（Ⅲ）
work
做；工作
Làm

② **が ある**（Ⅰ）
have
有
Đi làm, có
↔ ない
don't have
没有
Không đi làm, không có

③ **を 休む**（Ⅰ）
やす
take (a day) off/absent
休息；请假
Nghỉ

④ **を やめる**（Ⅱ）
quit
辞职；放弃
Nghỉ, bỏ việc

仕事
しごと
N5
work/job
工作
Công việc, việc

⑤ **を 変える**（Ⅱ）
か
change
换；改变；转变
Đổi

⑥ **を 探す**（Ⅰ）
さが
look for
找；寻找
Tìm

⑦ **を 見つける**（Ⅱ）
み
find 找到 Tìm

⑧ **が 見つかる**（Ⅰ）
み
find
找得到；能找到
Tìm thấy

⑨ **が 決まる**（Ⅰ）
き
give
定下；决定
Được nhận

⑩ **に つく**（Ⅰ）
assign/appoint
就位；到位
Làm việc

※ "Apart from ⑩，they apply to "アルバイト".

除了⑩之外，都可和"アルバイト"搭配使用。

Ngoài ⑩ ra thì tất cả có thể dùng với "アルバイト".

🔊 A-27

① ☐	仕事をする	・毎日、午前 9 時から午後 6 時まで**仕事を**している。 I work from 6 a.m. to 9 p.m. every day. 我每天从上午9点工作到晚上6点。 Mỗi ngày tôi làm việc từ 9 giờ sáng đến 6 giờ chiều.
② ☐	仕事がある ↔ ない	・私も夫も**仕事が**あるので、家事は二人で分けてやっている。 Both my husband and I have a job, so we divide the housework. 我和我丈夫两个人都有工作，所以家务也由两个人一起分担。 Tôi và chồng tôi đều đi làm nên việc nhà chia ra hai người làm. ・今、**仕事が**ないので、あまりお金を使えない。 I don't have a job now, so I can't spend very much money. 我现在没有工作，不能铺张。 Bây giờ tôi không đi làm nên không thể xài tiền nhiều.
③ ☐	仕事を休む	・ひどいかぜをひいて、**仕事を**休んだ。 I caught a bad cold, so I took a day off from work. 我得了重感冒，只能请假不去上班了。 Tôi bị cảm nặng nên nghỉ làm.
④ ☐	仕事をやめる	・留学して勉強したかったので、5 年続けた**仕事を**やめた。 I quit the job I had for five years because I wanted to study abroad. 因为我想去留学进修，所以把干了5年的工作辞了。 Vì muốn đi du học nên tôi đã xin nghỉ việc ở công ty đã làm 5 năm.
⑤ ☐	仕事を変える	・自分に合わないと思うので、**仕事を**変えて、別の仕事をしたい。 I think this job doesn't suit me, so I would like to change to a different job. 因为不适合自己，所以我想转行去干别的工作。 Vì tôi nghĩ công việc hiện tại không hợp với mình nên tôi đổi việc để làm việc khác.
⑥ ☐	仕事を探す	・最近は、いろいろな方法で**仕事を**探すことができる。 Recently, we can look for jobs in various ways. 最近可以通过很多方式来找工作。 Gần đây có nhiều cách để có thể tìm kiếm công việc.
⑦ ☐	仕事を見つける	・インターネットでいい**仕事を**見つけて、面接に行った。 I found a good job via the Internet and went for a job interview. 我在网上找到了好工作，去面试了。 Tôi tìm thấy được công việc tốt qua internet nên đi phỏng vấn.
⑧ ☐	仕事が見つかる	・いろいろ探しているが、なかなか自分に合う**仕事が**見つからない。 I am looking for various jobs but I can't find a job that suits me. 找来找去，怎么也找不到适合自己的工作。 Tôi đã tìm kiếm rất nhiều nhưng không tìm thấy được công việc nào phù hợp với mình.
⑨ ☐	仕事が決まる	・面接に合格して、**仕事が**決まった。来週から働く予定だ。 I passed the interview and they gave me the job. I will start working from next week. 我过了面试，工作定下了。预定从下周开始上班。 Tôi đậu phỏng vấn nên được nhận làm việc. Bắt đầu từ tuần sau tôi sẽ bắt đầu làm việc.
⑩ ☐	仕事につく	・4 月に入社して、5 月から**仕事に**つくことになっている。 I will join the company and be assigned to my post from May. 我将在4月进公司，从5月开始正式上岗。 Tôi vào công ty tháng 4, từ tháng 5 trở đi bắt đầu làm việc.

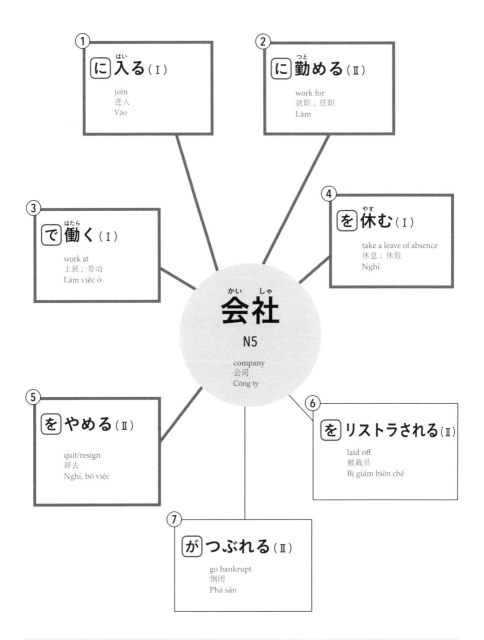

① に入る（I）
join
进入
Vào

② に勤める（II）
work for
就职；任职
Làm

③ で働く（I）
work at
上班；劳动
Làm việc ở

④ を休む（I）
take a leave of absence
休息；休假
Nghỉ

会社
N5
company
公司
Công ty

⑤ をやめる（II）
quit/resign
辞去
Nghỉ, bỏ việc

⑥ をリストラされる（II）
laid off
被裁员
Bị giảm biên chế

⑦ がつぶれる（II）
go bankrupt
倒闭
Phá sản

※ ①～④ are also used for workplaces other than companies (schools, hospitals, hotels, etc.) and for their names.
①～④除了公司以外，也可以和其他工作的场所（学校，医院，酒店等）或其名称一起使用。
①～④ có thể dùng cho những nơi làm việc khác không phải công ty như (trường học, bệnh viện, khách sạn...)
và trước tên những địa điểm này.

🔊 **A-28**

① ☐	かいしゃ はい **会社に入る**	・今年の春、若い社員が20人**会社に入**った。 Twenty young employees joined the company this Spring. 今年春天，有20位年轻的员工进了公司。 Mùa xuân năm nay có khoảng 20 nhân viên trẻ vào công ty. ※ It is also referred to as "入社する". / 另一种说法是"入社する"。/Cũng có thể nói「入社する」.
② ☐	かいしゃ つと **会社に勤める**	・姉は、大学を出て3年留学した後、**会社に勤**めた。 My sister worked for a company after studying abroad for three years after she graduated from university. 我姐姐大学毕业留了3年学之后，进公司工作了。 Chị tôi sau khi tốt nghiệp đại học, đi du học 3 năm thì vào công ty làm.
③ ☐	かいしゃ はたら **会社で働く**	・兄は、エンジニアとして自動車の**会社で働**いている。 My brother works at an automobile company as an engineer. 哥哥作为工程师在机动车公司上班。 Anh trai tôi làm kỹ sư cho công ty xe hơi.
④ ☐	かいしゃ やす **会社を休む**	・子どもが生まれたとき、1年間**会社を休**んだ。 When my child was born, I took a leave of absence from my company for one year. 生完孩子以后，向公司请了1年假。 Sau khi sinh con, tôi đã nghỉ công ty 1 năm.
⑤ ☐	かいしゃ **会社をやめる**	・友だちは、10年勤めた**会社を**やめて、自分の会社を作った。 My friend quit the company for which he worked for 10 years and founded his own company. 我朋友请辞了干了10年的公司，自己开了公司。 Bạn tôi nghỉ việc ở công ty đã làm 10 năm và tự mở công ty.
⑥ ☐	かいしゃ **会社をリストラされる**	・**会社を**リストラされて、今、仕事がない。 The company was restructured so I don't have a job now. 我被公司裁员了，现在没有工作。 Tôi bị công ty giảm biên chế nên bây giờ không có việc. ※ A passive form of "リストラする". / 是"リストラする"的被动形。/Thể bị động của「リストラする」. ※ There is also an expression as "会社をくびになる". / 另一种说法是"会社をくびになる"。/Cũng có cách nói「会社をくびになる」.
⑦ ☐	かいしゃ **会社がつぶれる**	・商品が全然売れなくなって、**会社が**つぶれてしまった。 The products didn't sell at all and the company went bankrupt. 因为商品完全卖不出去，公司倒闭了。 Sản phẩm không bán được nên công ty bị phá sản.

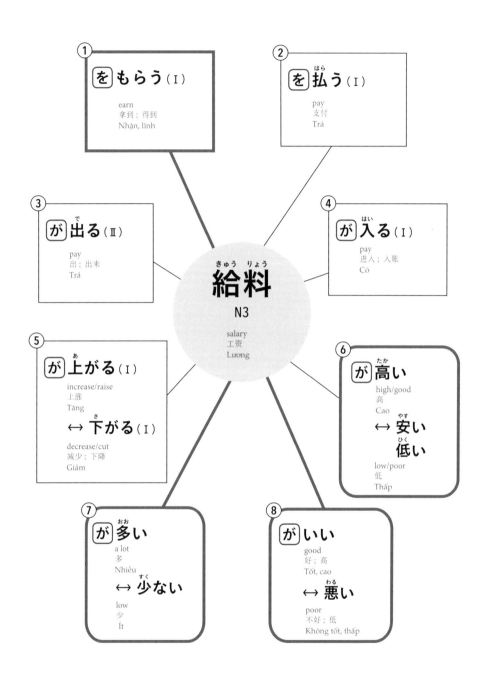

1 を もらう（I）
earn
拿到；得到
Nhận, lĩnh

2 を 払う（I）
pay
支付
Trả

3 が 出る（Ⅱ）
pay
出；出来
Trả

4 が 入る（I）
pay
进入；入账
Có

給料
N3
salary
工资
Lương

5 が 上がる（I）
increase/raise
上涨
Tăng
↔ 下がる（I）
decrease/cut
减少；下降
Giảm

6 が 高い
high/good
高
Cao
↔ 安い
低い
low/poor
低
Thấp

7 が 多い
a lot
多
Nhiều
↔ 少ない
low
少
Ít

8 が いい
good
好；高
Tốt, cao
↔ 悪い
poor
不好；低
Không tốt, thấp

🔊))) **A-29**

① ☐	きゅうりょう **給料をもらう**	・1か月に 20万円**給料を**もらっている。 I earn a salary of 200,000 yen per month. 我每个月拿 20 万日元的工资。 1 tháng tôi nhận được 200,000 yên Nhật.
② ☐	きゅうりょう　はら **給料を払う**	・経営が悪くなって、会社は社員**に給料を**払えなくなった。 The company can no longer pay a salary to its employees. 因为经营不善，公司付不起员工的工资了。 Tình hình kinh doanh xấu đi nên công ty không thể trả nổi lương cho nhân viên.
③ ☐	きゅうりょう　で **給料が出る**	・うちの会社は、毎月 15日に**給料が**出る。 Our company pays the salary on the 15th every month. 我们公司每个月 15 日发工资。 Công ty tôi mỗi tháng trả lương vào ngày 15.
④ ☐	きゅうりょう　はい **給料が入る**	・今日は**給料が**入ったから、帰りに友だちとおいしいもの 　を食べに行こう。 I got paid my salary today, so let's go have something delicious with friends after work. 今天发工资了，回去的时候和朋友去吃点好的吧。 Hôm nay có lương nên xong việc đi ăn món ngon với bạn bè.
⑤ ☐	きゅうりょう　あ **給料が上がる** さ ↔ **下がる**	・去年よりも 5000円**給料が**上がって、喜んでいる。 I am glad that my salary increased 5,000 yen more than last year. 我的工资比去年涨了 5000 日元，好开心。 Lương tăng lên 5000 yên so với năm ngoái nên tôi rất vui. ・仕事の成績が悪くて、**給料が**下がってしまった。 My performance at work was poor, so my salary was cut. 因为我工作业绩不好，被减工资了。 Vì thành tích công việc không tốt nên lương bị giảm.
⑥ ☐	きゅうりょう　たか **給料が高い** やす　ひく ↔ {**安い／低い**}	・有名な企業は、普通、**給料が**高い。 Famous corporations usually pay a good salary. 名气大的公司一般工资都比较高。 Những công ty nổi tiếng thường thì lương rất cao. ・大変なのに**給料が**{安い／低い}仕事は、人気がない。 Jobs that pay a low salary even though they are hard are not popular. 又累工资又低的工作，都没什么人想干。 Mặc dù công việc vất vả nhưng lương thì rất thấp nên không ai thích cả.
⑦ ☐	きゅうりょう　おお **給料が多い** すく ↔ **少ない**	・残業をたくさんすれば**給料が**多くなるが、体にはよくない。 If I work a lot of overtime, I get paid a lot, but it's hard on the body. 虽然加班越多工资越多，但是对身体不好。 Nếu làm tăng ca nhiều thì lương sẽ nhiều nhưng không tốt cho sức khỏe. ・今月はアルバイトの時間が短くて、**給料が**少ない。 Since I didn't work much at my part-time job, my pay was low. 这个月打工时间短，所以工资也少。 Tháng này giờ làm thêm rất ngắn nên lương rất ít.
⑧ ☐	きゅうりょう **給料がいい** わる ↔ **悪い**	・今、**給料が**いい仕事を探している。 I am looking for a good-paying job. 我现在在找工资高的工作。 Bây giờ tôi đang tìm công việc lương tốt. ・うちの会社は**給料が**悪いので、すぐに人がやめてしまう。 The pay at my company is poor, so people quit right away. 我们公司的工资太低，动不动就有人辞职。 Công ty tôi lương thì rất thấp nên nhân viên vào thường nghỉ liền.

1 ①～③の反対の意味の言葉を入れなさい。

給料が	① 高い ↔
	② 多い ↔
	③ 上がる ↔

2 ＿＿に「仕事」か「会社」かどちらかの言葉を、（ ）に助詞を入れなさい。両方の場合もあります。

① ＿＿＿＿＿＿＿＿＿＿＿＿ （ ） 決まる

② ＿＿＿＿＿＿＿＿＿＿＿＿ （ ） 勤める

③ ＿＿＿＿＿＿＿＿＿＿＿＿ （ ） 働く

④ ＿＿＿＿＿＿＿＿＿＿＿＿ （ ） 休む

⑤ ＿＿＿＿＿＿＿＿＿＿＿＿ （ ） やめる

3 正しい文になるように、左と右の言葉を線でつなぎなさい。

① 学校で教師の仕事を　　　・　　　・入る。

② 現在、私は仕事が　　　　・　　　・している。

③ 毎月15日に給料が　　　　・　　　・働いている。

④ 今、生活に十分な給料を・　　　・ある。

⑤ 姉は薬の会社で　　　　　・　　　・もらっている。

4 { } の中の正しい方を選んで○をつけなさい。

① 大学を卒業して、今年の 4 月に会社に { 入った　ついた }。

② 5 月から仕事に { 入る　つく } ことになっている。

③ やりたいことができなかったので、仕事を { 出た　変えた }。

④ 会社を { つぶれて　リストラされて }、仕事をなくしてしまった。

⑤ 私の会社は、子どもが生まれたら、男性も仕事を { 探せる　休める }。

5 ◻︎から言葉を選び、適当な形にして [ ] の中に入れなさい。1つの言葉は1回しか選べません。

いい　　ない　　でる　　あがる　　きまる　　つとめる　　つぶれる

今日、給料が [①　　　　] た。前の会社には、10年 [②　　　　　　] たが、去年 [③　　　　] てしまった。それから、いろいろな会社へ面接に行った。しばらく仕事が [④　　　　] たので、生活が苦しかった。でも、今年、とうとう新しい仕事が [⑤　　　　] た。新しい会社は給料も [⑥　　　　] し、毎年給料が [⑦　　　　] ていくので、安心だ。とても働きやすいし、この会社に来てよかったと思う。

6 ( ) に何を入れますか。1～4から一番いいものを1つ選びなさい。

① 仕事をいろいろ (a　)、いい仕事が (b　)。

　a) 1 探したら　　2 訪ねたら　　3 見つけたら　　4 見つかったら

　b) 1 発見した　　2 出会った　　3 見つけた　　4 見つかった

② 会社は、社員に給料とボーナスを (　) いる。

　　1 あげて　　　2 くれて　　　3 払って　　　4 貸して

85

7 お金・買い物

<ruby>金<rt>かね</rt></ruby> <ruby>買<rt>か</rt></ruby>い<ruby>物<rt>もの</rt></ruby>

Money・Shopping　金钱・购物　Tiền・Mua sắm

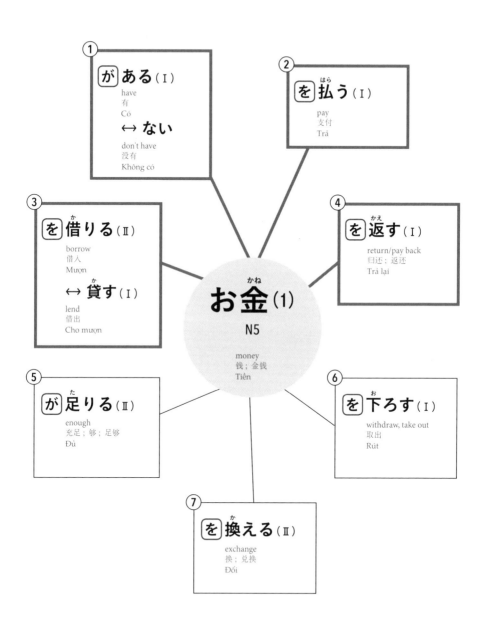

①

[が] **ある**（Ⅰ）
have
有
Có

↔ ない
don't have
没有
Không có

②

[を] <ruby>払<rt>はら</rt></ruby>**う**（Ⅰ）
pay
支付
Trả

③

[を] <ruby>借<rt>か</rt></ruby>**りる**（Ⅱ）
borrow
借入
Mượn

↔ <ruby>貸<rt>か</rt></ruby>**す**（Ⅰ）
lend
借出
Cho mượn

④

[を] <ruby>返<rt>かえ</rt></ruby>**す**（Ⅰ）
return/pay back
归还；返还
Trả lại

⑤

[が] <ruby>足<rt>た</rt></ruby>**りる**（Ⅱ）
enough
充足；够；足够
Đủ

お<ruby>金<rt>かね</rt></ruby>（1）
N5

money
钱；金钱
Tiền

⑥

[を] <ruby>下<rt>お</rt></ruby>**ろす**（Ⅰ）
withdraw, take out
取出
Rút

⑦

[を] <ruby>換<rt>か</rt></ruby>**える**（Ⅱ）
exchange
换；兑换
Đổi

① ☐	お金がある ↔ ない	・アルバイトでもらった**お金が**5万円あるから、どこかへ旅行に行きたい。 I have 50,000 yen that I earned in my part-time job, so I want to travel somewhere. 这次打工赚的钱有5万日元，想用它去个什么地方旅行。 Tiền làm thêm có 50,000 yên nên tôi muốn đi đâu đó du lịch. ・買い物に行ったら、財布の中に**お金が**なかった。 I went shopping, but I didn't have any money in my wallet. 出去购物，发现钱包里没有钱。 Khi đi mua sắm thì nhận ra trong bóp không có tiền.
② ☐	お金を払う	・本をレジへ持って行って、**お金を払**った。 I took the book to the cashier and paid for it. 我拿着书去了收银台，付了钱。 Tôi mang sách đến quầy thu ngân để thanh toán tiền. ※ When paying someone, " ～に**お金を払う** ". / 在表述支付对象时，可用"～に**お金を払う**"来表示。 / Khi nói trả tiền cho ai thì dùng cách nói「～にお金を払う」。 ex)旅行をキャンセルして、旅行会社に**お金を払**った。
③ ☐	お金を借りる ↔ 貸す	・親{に／から}**お金を借**りて、車を買った。 I borrowed money {from} my parents and bought a car. 我从父母那里借了钱，买了车。 Tôi mượn tiền bố mẹ để mua xe. ・車を買うのに、親が私に**お金を貸**してくれた。 My parents lent me money to buy a car. 为了买车，父母借了钱给我。 Để mua xe thì bố mẹ đã cho tôi mượn tiền.
④ ☐	お金を返す	・友だちから借りた**お金を**、すぐに**返**した。 I returned the money I borrowed from my friend immediately. 我马上就把从朋友那里借的钱还了。 Tôi trả lại tiền đã mượn của bạn. ※ When paying someone back, " ～に**お金を返す** ". / 在表述还给谁的时候，可用"～に**お金を返す**"来表示。 / Khi nói trả lại tiền cho ai thì dùng cách nói「～にお金を返す」。
⑤ ☐	お金が足りる	・レストランで**お金が足**りなかったので、友だちに借りた。 I didn't have enough money at the restaurant, so I borrowed some from my friend." 在餐厅的时候我钱不够，找朋友借了。 Ở nhà hàng vì không đủ tiền nên phải mượn của bạn.
⑥ ☐	お金を下ろす	・銀行{で／から} 30万円**お金を下ろ**した。 I withdrew 300,000 yen {at/from} the bank. 我去银行取了30万日元出来。 Tôi rút 300,000 yên ở ngân hàng. ※ This also applies to ATMs. / 也可用于从 ATM 取钱。 / Cũng có thể dùng trong trường hợp rút tiền ở ATM.
⑦ ☐	お金を換える	・銀行だけでなく、空港やホテルでも**お金を換**えることができる。 You can exchange money at the airport or a hotel, not just at a bank. 除了银行，在机场和酒店也可以换钱。 Có thể đổi tiền không chỉ ở ngân hàng mà ở sân bay, khách sạn cũng được.

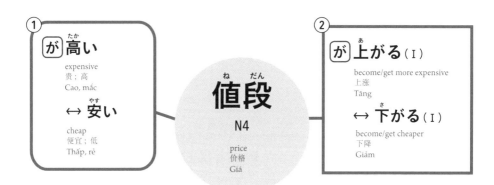

① が 高い（たか）
expensive
贵；高
Cao, mắc

↔ 安い（やす）
cheap
便宜；低
Thấp, rẻ

値段（ね だん）
N4
price
价格
Giá

② が 上がる（あ）（I）
become/get more expensive
上涨
Tăng

↔ 下がる（さ）（I）
become/get cheaper
下降
Giảm

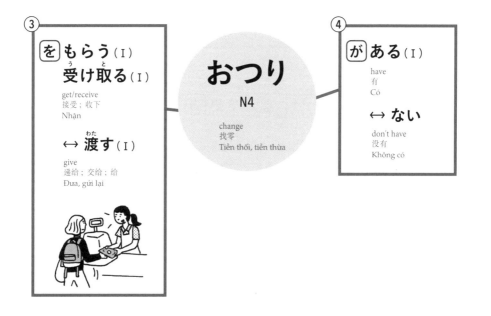

③ を もらう（I）
受け取る（う と）（I）
get/receive
接受；收下
Nhận

↔ 渡す（わた）（I）
give
递给；交给；给
Đưa, gửi lại

おつり
N4
change
找零
Tiền thối, tiền thừa

④ が ある（I）
have
有
Có

↔ ない
don't have
没有
Không có

🔊)) A-31

① ☐	値段が高い ↔ 安い	・デパートの食品は、スーパーの食品より**値段が高い**。 Food at a department store is more expensive than the food in a supermarket. 百货店的食品比超市的价格要贵。 Thực phẩm ở trung tâm thương mại thì mắc hơn ở siêu thị. ・今日はセールで、どの商品も**値段が安く**なっている。 They are having a sale today, so the prices are cheaper for everything. 今天特价，全部商品都降价了。 Hôm nay có khuyến mại nên sản phẩm nào cũng rẻ hơn.
② ☐	値段が上がる ↔ 下がる	・このごろ、野菜の**値段が上がって**、どの野菜も高くなった。 The price of vegetables has become more expensive recently, so now all vegetables are expensive. 最近，蔬菜价格上涨，不管是什么蔬菜都变贵了。 Dạo này thì giá rau xanh tăng nên rau nào cũng mắc hơn. ・欲しかったパソコンの**値段が下がった**ので、買うことにした。 The computer I wanted got cheaper so I bought it. 我一直想要的电脑降价了，就决定买下来了。 Vì máy tính tôi thích giảm giá nên tôi quyết định mua.
③ ☐	おつりを{もらう／ 受け取る} ↔ 渡す	・1200円のお菓子を買うのに、2000円出して800円**おつり**を{もらっ／受け取っ}た。 I bought some snacks for 1,200 yen and {got/received} 800 yen back froma 2,000 yen note. 买1200日元的点心，我付了2000日元，拿回了800日元的零钱。 Tôi mua 1,200 yên tiền bánh kẹo, đưa ra 2,000 yên và nhận lại 800 tiền thối. ※ When receiving change from someone, "〜から**おつりを{もらう／受け取る}**"./ 在表述从谁那里拿到找零时，可用"〜から**おつりを{もらう／受け取る}**"来表示。 /Khi muốn nói nhận lại từ đối tượng nào thì dùng cách nói「〜から**おつりを{もらう／受け取る}**」. ex) レジの人**から**おつりをもらった。 ・レジの人が、お客さん**に**おつり**を**渡した。 The cashier gave the customer her change. 收银员把找零递给了顾客。 Người ở quầy thu ngân gửi tiền thối lại cho khách.
④ ☐	おつりがある ↔ ない	・「この前借りた500円を返します。1000円で**おつりがあり**ますか。」「大丈夫ですよ。」 ""Here is your 500 yen I borrowed. Do you have change for 1,000 yen?"" ""No problem."" "我来还之前找你借的500日元了。1000日元找得开吗。""可以的。" 「Tôi muốn trả anh 500 yên tiền mượn hôm nọ. Tôi đưa anh 1000 yên, anh có tiền thối lại không?」「Có chứ.」 ・「パーティーのお金は一人4000円です。**おつりがない**ので、みなさん1000円札で用意してください。」 "It is 4,000 yen per person for the party. I don't have change, so please bring 1,000 yen bills." "派对的参加费是每个人4000日元，找不出零钱，还请大家准备好1000日元的纸币。" 「Tiền dự tiệc mỗi người 4,000 yên. Do không có tiền thối lại nên mong mọi người chuẩn bị giùm tờ 1,000 yên.」

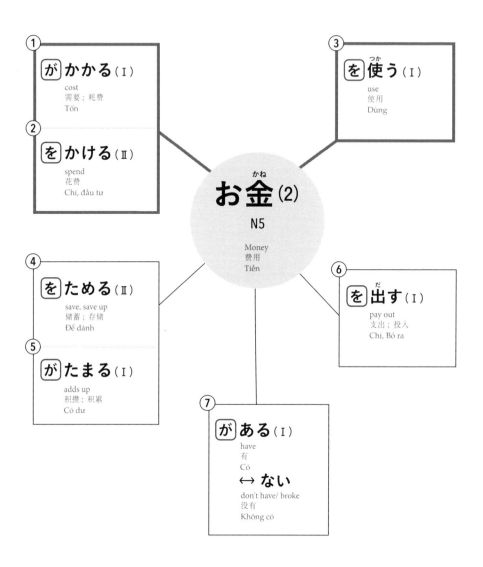

① が かかる（Ⅰ）
cost
需要；耗费
Tốn

② を かける（Ⅱ）
spend
花费
Chi, đầu tư

③ を 使う（Ⅰ）
use
使用
Dùng

お金（2）
N5

Money
费用
Tiền

④ を ためる（Ⅱ）
save, save up
储蓄；存储
Để dành

⑤ が たまる（Ⅰ）
adds up
积攒；积累
Có dư

⑥ を 出す（Ⅰ）
pay out
支出；投入
Chi, Bỏ ra

⑦ が ある（Ⅰ）
have
有
Có

↔ ない
don't have/ broke
没有
Không có

🔊 A-32

① ☐	お金がかかる	・留学にはお金がかかるから、まず働いてから考えようと思う。 Studying abroad costs a lot, so first I'll work and then I'll think about it. 留学需要花钱，我打算先工作再说。 Vì du học thì tốn tiền nên đầu tiên tôi muốn làm việc đã rồi mới suy nghĩ đến chuyện du học sau.
② ☐	お金をかける	・私の親は、子どもの教育にお金をかけている。 My parents spend a lot of money for their children's education. 我的父母把钱花在孩子的教育上。 Bố mẹ thường đầu tư tiền cho việc học của con cái.
③ ☐	お金を使う	・家を建てるために、たくさんお金を使った。 He used a lot of money to build the house. 为了造房子，我花了很多钱。 Tôi dùng nhiều tiền để xây nhà. ※ Use the particle " 〜に " when saying the purpose. ／在表述花钱的目的时可用助词"〜に"来表示。/ Khi muốn nói dùng vì mục đích gì thì sử dụng trợ từ 「〜に」 ex) 妹は、趣味の旅行にお金を使っている。
④ ☐	お金をためる	・将来結婚するときのために、お金をためている。 They are saving up to get married in the future. 为了将来的结婚，我一直在存钱。 Tôi đang để dành tiền để sau này đám cưới.
⑤ ☐	お金がたまる	・毎月きちんと貯金をしたら、お金がたまっていった。 The money added up as a result of saving money every month. 自从每个月好好存钱开始，我攒了不少钱。 Mỗi tháng chịu khó để dành tiền nên có tiền dư.
⑥ ☐	お金を出す	・留学するのに、親がお金を出してくれた。 His parents paid out the money for him to study abroad. 我父母为我的留学出了钱。 Bố mẹ bỏ tiền ra cho tôi đi du học.
⑦ ☐	お金がある ↔ ない	・昨日、給料が入ったので、今じゅうぶんお金がある。 I got paid yesterday, so I have plenty of money now. 昨天工资入账了，所以今天有足够的钱。 Hôm qua là ngày nhận lương nên hôm nay tôi có khá nhiều tiền. ・今、給料日前で、あまりお金がない。 Right now it's the day before payday, so I don't have hardly any money. 今天是发工资的前一天，所以手头没什么钱。 Bây giờ là trước ngày lương nên tôi không có tiền nhiều lắm. ※ 「お金がある↔ない」also means 「wealthy ↔ poor」. /"お金がある↔ない"也有"富裕↔贫穷"的意思。/「お金がある↔ない」cũng được sử dụng với ý nghĩa 「giàu↔nghèo」。 ex) お金があれば必ず幸せになるとは言えない。 ex) 父は学生のとき、お金がなくていろいろなアルバイトをやったそうだ。

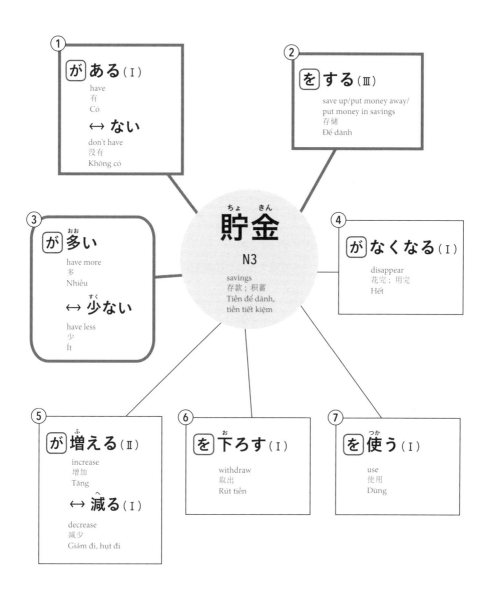

① が ある（Ⅰ）
have
有
Có

↔ ない
don't have
没有
Không có

② を する（Ⅲ）
save up/put money away/
put money in savings
存储
Để dành

③ が 多（おお）い
have more
多
Nhiều

↔ 少（すく）ない
have less
少
Ít

貯金（ちょきん）
N3
savings
存款；积蓄
Tiền để dành,
tiền tiết kiệm

④ が なくなる（Ⅰ）
disappear
花完；用完
Hết

⑤ が 増（ふ）える（Ⅱ）
increase
增加
Tăng

↔ 減（へ）る（Ⅰ）
decrease
减少
Giảm đi, hụt đi

⑥ を 下（お）ろす（Ⅰ）
withdraw
取出
Rút tiền

⑦ を 使（つか）う（Ⅰ）
use
使用
Dùng

① □	ちょきん **貯金**がある ↔ ない	・今、100万円**貯金が**ある。 Right now I have 1 million yen in savings. 我现在有100万日元的存款。 Tôi hiện tại có 1 triệu yên tiền để dành. ・働き始めたばかりなので、まだほとんど**貯金**がない。 I just started working, so I don't have hardly any savings. 我才刚开始工作，所以基本没什么存款。 Mới bắt đầu đi làm nên bây giờ hầu như vẫn chưa có tiền để dành.
② □	ちょきん **貯金**をする	・毎月、給料をもらったら、必ず**貯金を**している。 I always put money away when I get paid every month. 我每个月拿到工资之后，一定会存起来。 Mỗi tháng khi nhận lương thì tôi nhất định để dành tiền.
③ □	ちょきん おお **貯金**が多い ↔ 少ない	・弟はまだ中学生なのに、大学生の私より**貯金が多い**。 My little brother is only in junior high, but he has more savings than I do as a college student. 虽然弟弟还是初中生，但存款比我这个大学生还多。 Em trai tôi chỉ là học sinh cấp hai thôi nhưng tiền để dành của nó nhiều hơn sinh viên đại học như tôi. ・まだ**貯金が少ない**ので、がんばってためている。 I don't have much savings, but I'm working at saving up. 存款还太少，我正在努力攒。 Vì tiền để dành ít nên tôi cố gắng để dành tiền.
④ □	ちょきん **貯金**がなくなる	・車を買ったら、**貯金が**なくなってしまった。 My savings disappeared when I bought a car. 我买了车，把存款用完了。 Mua xe nên hết tiền để dành.
⑤ □	ちょきん ふ **貯金**が増える ↔ 減る	・まじめにお金をためていたら、知らない間に**貯金が増え**ていた。 My savings increased before I knew it, ever since I got serious about saving. 认认真真存着钱，不知不觉间，我的存款就变多了。 Cố gắng chịu khó để dành tiền thì chốc lát tiền để dành tăng lên. ・仕事が見つからないので、どんどん**貯金が減**っていって心配だ。 I'm worried about my savings disappearing bit by bit because I can't find a job. 因为一直找不到工作，存款在不断地减少，太愁人。 Vì không kiếm được việc làm, tiền để dành cứ hụt đi nên tôi lo lắng.
⑥ □	ちょきん お **貯金**を下ろす	・引っ越しするために、少し**貯金を**下ろした。 I withdrew my savings to pay for my move. 为了搬家，我从存款里取了些钱出来。 Vì dọn nhà nên tôi rút ít tiền để dành.
⑦ □	ちょきん つか **貯金**を使う	・パソコンを買うとき、**貯金を**使った。 I used my savings when I bought a computer. 买电脑的时候，我用了存款。 Tôi dùng tiền tiết kiệm để mua máy tính.

1「～がある ↔ ～がない」という形（かたち）にできる言葉（ことば）に○をつけなさい。

> お金（かね）　値段（ねだん）　おつり　貯金（ちょきん）

2 ◻から言葉（ことば）を1つ選（えら）んで（　）の中（なか）に入（い）れなさい。

> お金（かね）　値段（ねだん）　おつり　貯金（ちょきん）

① 1000円払（えんはら）うように言（い）われて5000円渡（えんわた）したら、「（　　　　　　　）がない。」と言（い）

われた。

② さいふを忘（わす）れて、（　　　　　　　）がないので、買（か）い物（もの）ができなかった。

③ スーパーの野菜（やさい）は、デパートの野菜（やさい）より（　　　　　　　）が安（やす）い。

④ 結婚（けっこん）の準備（じゅんび）のために、（　　　　　　　）をしている。

3 ①～③は左（ひだり）と右（みぎ）が反対（はんたい）の意味（いみ）、④～⑤は上（うえ）と下（した）が同（おな）じ意味（いみ）になるように、＿＿＿に言葉（ことば）

を入（い）れなさい。（　）には助詞（じょし）を入（い）れなさい。

① 野菜（やさい）の値段（ねだん）（　）上（あ）がる ↔ ＿＿＿＿＿＿＿＿

② 貯金（ちょきん）（　）増（ふ）える ↔ ＿＿＿＿＿＿＿＿

③ お金（かね）を借（か）りる ↔ （借（か）りた）お金（かね）（　　　　）＿＿＿＿＿＿＿＿

④ Aさんが、Bさん（a.　　　　　）お金（かね）を借（か）りる

＝Bさんが、Aさん（b.　　　　　）お金（かね）を＿＿＿＿＿＿＿＿

⑤ 店員（てんいん）が、客（きゃく）（a.　　　　　）おつりを＿＿＿＿＿＿＿＿

＝客（きゃく）が、店員（てんいん）（b.　　　　　）おつりを 受（う）け取（と）る

4 { } の中の正しい方を選んで○をつけなさい。

① がんばって貯金したら、お金が300万円 { ためた　たまった }。

② 貯金を使っていたら、どんどん { 低く　少なく } なってきた。

③ 親に留学のお金を { 出して　かけて } もらった。

④ 姉は趣味のスキーにお金を { かけて　かかって } いる。

⑤ 日本へ来たとき、銀行でお金を「円」に { 借りた　換えた }。

5 □ から言葉を選び、適当な形にして [ ] の中に入れなさい。1つの言葉は1回しか選べません。

| たかい　　はらう　　たりる　　つかう |

　スマホが壊れたので、電気店へ新しいのを買いに行った。店を探していると、いいスマホがあった。4万円用意していたが4万8000円で8000円 [①　　　　　　]ない。そこで、銀行へ行ってATMから引き出した。貯金を [②　　　　　] てお金を [③　　　　　] のは嫌だったが、とてもいいスマホだったので、どうしても欲しかった。少し [④　　　　　] たけれど、買ってよかったと思う。

6 （ ） に何を入れますか。一番いいものを1つ選びなさい。

① 将来のために一生懸命働いて、お金を（　　　）いる。

　　1 ためて　　　2 払って　　　3 集めて　　　4 出して

② 家を建てるのは、お金が（　　　）。

　　1 足りる　　　2 かかる　　　3 つける　　　4 取られる

③ 旅行のために、銀行で少しお金を（　　　）。

　　1 かけた　　　2 入れた　　　3 下ろした　　　4 使った

1 衣　2 食　3 住　4 交通　5 学校　6 仕事　7 お金・買い物　8 情報・通信

8 情報・通信

じょう ほう　つう しん

Information・Communication
信息・通讯　Thông tin・truyền thông

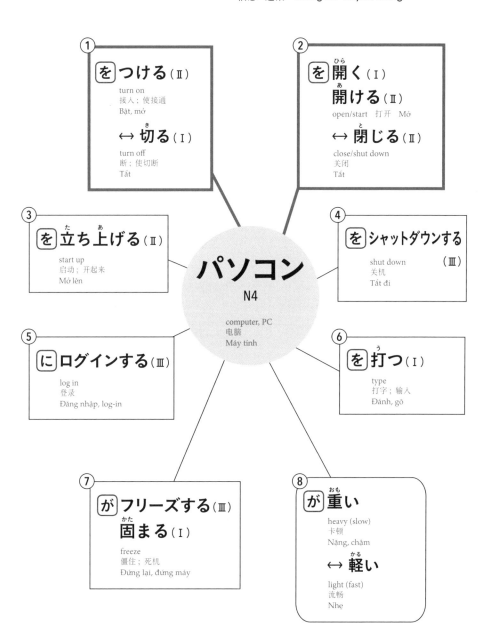

① を つける（Ⅱ）
turn on
接入；使接通
Bật, mở

↔ 切る（Ⅰ）
き
turn off
断；使切断
Tắt

② を 開く（Ⅰ）
ひら
開ける（Ⅱ）
あ
open/start　打开　Mở

↔ 閉じる（Ⅱ）
と
close/shut down
关闭
Tắt

③ を 立ち上げる（Ⅱ）
た　あ
start up
启动；开起来
Mở lên

④ を シャットダウンする（Ⅲ）
shut down
关机
Tắt đi

パソコン
N4

computer, PC
电脑
Máy tính

⑤ に ログインする（Ⅲ）
log in
登录
Đăng nhập, log-in

⑥ を 打つ（Ⅰ）
う
type
打字；输入
Đánh, gõ

⑦ が フリーズする（Ⅲ）
固まる（Ⅰ）
かた
freeze
僵住；死机
Đứng lại, đứng máy

⑧ が 重い
おも
heavy (slow)
卡顿
Nặng, chậm

↔ 軽い
かる
light (fast)
流畅
Nhẹ

🔊))) **A-34**

① ☐	パソコンをつける ↔ 切る	・パソコンをつけたのに、なかなか画面が出てこない。 I turned on the PC, but it's taking a while for the screen to come up. 电脑明明开了的，却一直没有画面显示。 Tôi đã mở máy tính rồi mà màn hình vẫn chưa lên ・仕事が終わったので、パソコンを切った。 I turned off the PC, as I finished work. 工作完成了，我就把电脑关了。 Vì đã xong việc nên tôi tắt máy tính.
② ☐	パソコンを {開く／開ける} ↔ 閉じる	・パソコンを{開い／開け}て、メールをチェックした。 I {opened} the PC and checked my email. 我打开电脑，确认了一下邮件。 Tôi mở máy tính lên để kiểm tra email. ・使わないときは、パソコンを閉じておく。 I shut down my PC when I'm not using it. 电脑不用的时候要关掉。 Khi không sử dụng thì tắt máy tính đi.
③ ☐	パソコンを立ち上げる	・会社へ行ったら、まずパソコンを立ち上げる。 When I arrive at the company, the first thing I do is to start up my PC. 到了公司，第一件事就是把电脑开起来。 Khi đến công ty thì việc đầu tiên là mở máy tính lên.
④ ☐	パソコンをシャット ダウンする	・会社を出るときは、必ずパソコンをシャットダウンする。 I shut down the PC when leaving the company. 离开公司的时候一定要把电脑关机。 Nhất định phải tắt máy tính trước khi rời khỏi công ty. ※ Another expression is "パソコンを落とす". / 另一种说法是"パソコンを落とす"。/Cũng có cách nói là「パソコンを落とす」.
⑤ ☐	パソコンにログイン する	・IDとパスワードを入力して、パソコンにログインする。 Enter your ID and password and log in to the PC. 输入ID和密码，登录电脑。 Nhập ID và mật mã vào thì có thể đăng nhập vào máy tính
⑥ ☐	パソコンを打つ	・私は、とても速くパソコンを打って書類を作ることができる。 I can type very fast on a computer and create documents. 我可以在电脑上快速地打字编写资料。 Tôi có thể đánh máy nhanh để soạn văn bản.
⑦ ☐	パソコンが {フリーズする／ 固まる}	・データが大きいファイルを開いたら、パソコンが{フリーズし／固まっ}てしまった。 When I opened a file with a lot of data, the computer {froze}. 我开了一个比较大的文件，电脑就死机了。 Khi tôi mở một tập tin dữ liệu lớn thì máy tính của tôi đứng lại.
⑧ ☐	パソコンが重い ↔ 軽い	・最近、パソコンが重くて、仕事に困る。 Lately my PC is slow, which is a problem for work. 电脑一直卡顿，给工作带来了困扰。 Gần đây máy tính nặng nên ảnh hưởng công việc. ・データを消すと、少しパソコンが軽くなった。 Once I deleted some data, the PC became a little faster. 删除一些数据之后电脑运行变流畅了。 Khi xóa bớt dữ liệu thì máy tính nhẹ đi một chút.

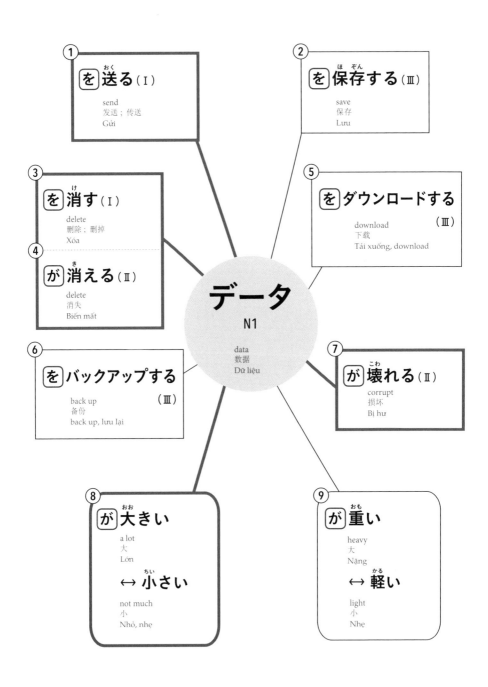

1 を送る（Ⅰ）
send
发送；传送
Gửi

2 を保存する（Ⅲ）
save
保存
Lưu

3 を消す（Ⅰ）
delete
删除；删掉
Xóa

4 が消える（Ⅱ）
delete
消失
Biến mất

5 をダウンロードする（Ⅲ）
download
下载
Tải xuống, download

6 をバックアップする（Ⅲ）
back up
备份
back up, lưu lại

データ
N1
data
数据
Dữ liệu

7 が壊れる（Ⅱ）
corrupt
损坏
Bị hư

8 が大きい
a lot
大
Lớn
↔ 小さい
not much
小
Nhỏ, nhẹ

9 が重い
heavy
大
Nặng
↔ 軽い
light
小
Nhẹ

🔊)) **A-35**

① ☐	データを送る	・メールで会社<ruby>会社<rt>かいしゃ</rt></ruby>に**データ**を<ruby>送<rt>おく</rt></ruby>った。 I sent the data to the company via email. 我用邮件给公司发了数据。 Tôi gửi dữ liệu đến công ty bằng email.
② ☐	データを<ruby>保存<rt>ほぞん</rt></ruby>する	・パソコンに、<ruby>写真<rt>しゃしん</rt></ruby>の**データ**を<ruby>保存<rt>ほぞん</rt></ruby>した。 I saved the photo data on the PC. 电脑里保存着照片的数据。 Tôi lưu dữ liệu hình ảnh lại vào máy tính.
③ ☐	データを<ruby>消<rt>け</rt></ruby>す	・<ruby>大切<rt>たいせつ</rt></ruby>な**データ**を<ruby>消<rt>け</rt></ruby>してしまって、<ruby>部長<rt>ぶちょう</rt></ruby>に<ruby>怒<rt>おこ</rt></ruby>られた。 I was scolded by my manager as I had deleted some important data. 我一不小心删掉了重要的数据，被部长训斥了。 Vì tôi đã xóa mất dữ liệu quan trọng nên bị trưởng phòng mắng.
④ ☐	データが<ruby>消<rt>き</rt></ruby>える	・パソコンをシャットダウンしたら、**データ**が<ruby>消<rt>き</rt></ruby>えてしまった。 When I shut down the PC, the data got deleted. 没想到把电脑关了以后，数据消失了。 Khi tắt máy tính thì dữ liệu biến mất.
⑤ ☐	データをダウンロードする	・ホームページから、**データ**をダウンロードした。 I downloaded the data from the homepage. 我从主页上下载了数据。 Tôi tải dữ liệu từ trang web xuống.
⑥ ☐	データをバックアップする	・<ruby>必<rt>かなら</rt></ruby>ず<ruby>大事<rt>だいじ</rt></ruby>な**データ**をバックアップするようにしている。 I always make sure to back up important data. 重要的数据我都一定会备份。 Nhất định phải lưu lại dữ liệu quan trọng.
⑦ ☐	データが<ruby>壊<rt>こわ</rt></ruby>れる	・パソコンが<ruby>故障<rt>こしょう</rt></ruby>して、<ruby>保存<rt>ほぞん</rt></ruby>した**データ**が<ruby>壊<rt>こわ</rt></ruby>れてしまった。 The PC broke down and the saved data was corrupted 电脑故障了，保存的数据也损坏了。 Máy tính tôi bị hư nên dữ liệu lưu trong máy bị hư luôn.
⑧ ☐	データが<ruby>大<rt>おお</rt></ruby>きい ↔ <ruby>小<rt>ちい</rt></ruby>さい	・**データ**が<ruby>大<rt>おお</rt></ruby>きいから、ファイルを 2 <ruby>回<rt>かい</rt></ruby>に<ruby>分<rt>わ</rt></ruby>けて<ruby>送<rt>おく</rt></ruby>ろう。 Since there is a lot of data, let's divide it and send it in 2 files. 数据太大了，我还是分两次发送吧。 Dữ liệu lớn nên phải chia tập tin gửi làm 2 lần. ・**データ**が<ruby>小<rt>ちい</rt></ruby>さいので、ファイルがすぐ<ruby>開<rt>ひら</rt></ruby>いた。 Since there isn't much data, I could open the file right away. 因为数据小，文件很快就打开了。 Dữ liệu nhỏ nên có thể mở ra liền.
⑨ ☐	データが<ruby>重<rt>おも</rt></ruby>い ↔ <ruby>軽<rt>かる</rt></ruby>い	・<ruby>写真<rt>しゃしん</rt></ruby>や<ruby>動画<rt>どうが</rt></ruby>は、**データ**が<ruby>重<rt>おも</rt></ruby>い。 The photo and movie data are heavy. 照片和视频的数据比较大。 Hình ảnh hay video thì rất nặng. ・<ruby>書類<rt>しょるい</rt></ruby>のファイルは、<ruby>写真<rt>しゃしん</rt></ruby>や<ruby>動画<rt>どうが</rt></ruby>より**データ**が<ruby>軽<rt>かる</rt></ruby>い。 Document data is lighter than photo and movie data. 文档资料的文件比照片和视频的数据要小。 Những tập tin hồ sơ thì nhẹ hơn hình ảnh và video.

1 衣

2 食

3 住

4 交通

5 学校

6 仕事

7 お金・買い物

8 情報・通信

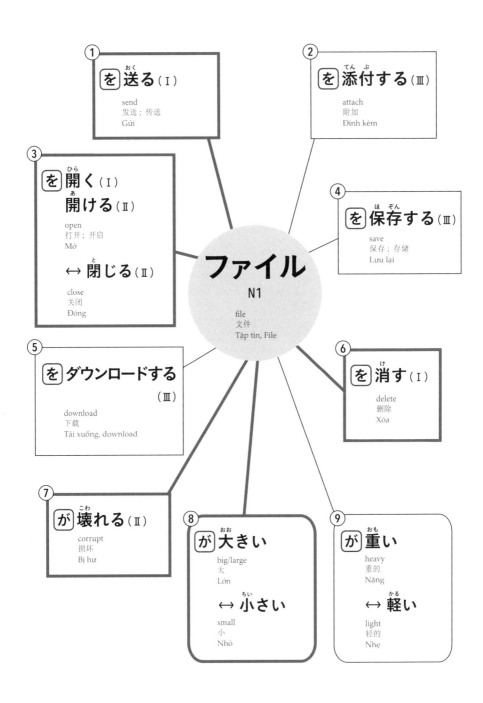

1
を送る（Ⅰ）
send
发送；传送
Gửi

2
を添付する（Ⅲ）
attach
附加
Đính kèm

3
を開く（Ⅰ）
開ける（Ⅱ）
open
打开；开启
Mở

↔ 閉じる（Ⅱ）
close
关闭
Đóng

4
を保存する（Ⅲ）
save
保存；存储
Lưu lại

5
をダウンロードする
（Ⅲ）
download
下载
Tải xuống, download

ファイル
N1
file
文件
Tập tin, File

6
を消す（Ⅰ）
delete
删除
Xóa

7
が壊れる（Ⅱ）
corrupt
损坏
Bị hư

8
が大きい
big/large
大
Lớn

↔ 小さい
small
小
Nhỏ

9
が重い
heavy
重的
Nặng

↔ 軽い
light
轻的
Nhẹ

🔊)) A-36

① ☐	ファイルを送る	・部長に、仕事の資料のファイルを送った。 I sent my manager a file with work materials. 我给部长传了工作资料的文件。 Trưởng phòng gửi cho tôi file tài liệu công việc.
② ☐	ファイルを添付する	・メールに3つファイルを添付して、送った。 I sent an email with 3 files attached. 我在邮件里附加了3个文件，发出去了。 Tôi đính kèm 3 files vào email rồi gửi đi.
③ ☐	ファイルを {開く／開ける} ↔ 閉じる	・メールで届いたファイルを{開い／開け}て見た。 I opened and looked at the file that came via email. 我打开了收到的邮件里的文件，看了看。 Tôi mở file trong email ra xem. ・内容をよく読んでから、ファイルを閉じた。 I read the content thoroughly and then closed the file. 在看了内容之后，我把文件关了。 Sau khi đã đọc kỹ nội dung thì tôi đóng file lại.
④ ☐	ファイルを保存する	・USBメモリにファイルを保存した。 I saved the file on USB memory. 我把文件存在了USB里。 Tôi lưu lại tập tin vào trong USB.
⑤ ☐	ファイルを ダウンロードする	・ウェブサイトから、必要なファイルをダウンロードした。 I downloaded the necessary files from the website. 我从网站上下载了一些必须的文件。 Tôi tải file cần thiết từ website xuống.
⑥ ☐	ファイルを消す	・古いファイルを消して、パソコンのデータを整理した。 I deleted old files and sorted the data on my computer. 我把一些老文件删了，整理了一下电脑的数据。 Tôi xóa hết file cũ đi để sắp xếp lại dữ liệu máy tính.
⑦ ☐	ファイルが壊れる	・ファイルが壊れていて、見られなかった。 The file was corrupted so I couldn't look at it. 文件损坏了，看不了了。 File bị hư nên không xem được.
⑧ ☐	ファイルが大きい ↔ 小さい	・ファイルが大きくて、メールで送れない。 The file is too large to send it via email. 文件太大了，用邮件发不出去。 File lớn nên không thể gửi bằng email. ・ファイルが小さければ、スマホで送れる。 If the file is small, it can be sent via Smartphone. 文件小的话可以用手机发送。 File nhỏ nên gửi bằng điện thoại được.
⑨ ☐	ファイルが重い ↔ 軽い	・ファイルが重くて、ダウンロードに時間がかかる。 The file is heavy, so it takes time to download. 文件太大了，下载很花时间。 File nặng nên phải mất thời gian để tải xuống. ・写真のデータを消したら、ファイルが軽くなった。 Once the photo data was deleted, the file became lighter. 把照片的数据删掉之后，文件变小了。 Tôi xóa dữ liệu hình ảnh đi nên file nhẹ đi.

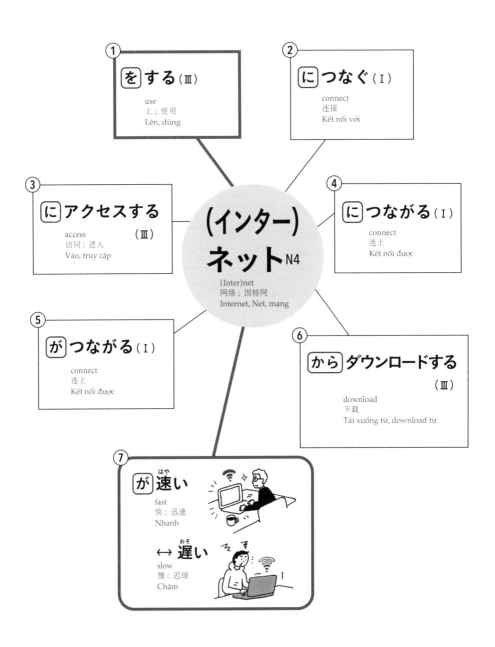

1 ｜を｜する（Ⅲ）

use
上；使用
Lên, dùng

2 ｜に｜つなぐ（Ⅰ）

connect
连接
Kết nối với

3 ｜に｜アクセスする

access
访问；进入
Vào, truy cập

（Ⅲ）

4 ｜に｜つながる（Ⅰ）

connect
连上
Kết nối được

（インター）ネットN4

(Inter)net
网络；因特网
Internet, Net, mạng

5 ｜が｜つながる（Ⅰ）

connect
连上
Kết nối được

6 ｜から｜ダウンロードする

（Ⅲ）

download
下载
Tải xuống từ, download từ

7 ｜が｜速い

fast
快；迅速
Nhanh

↔ 遅い

slow
慢；迟缓
Chậm

🔊 A-37

① ☐	（インター）ネットをする	・息子は、毎日3時間くらい（インター）ネットをしている。 My son uses the Internet for about 3 hours every day. 我儿子每天上3个小时左右的网。 Con trai tôi mỗi ngày dùng internet khoảng 3 tiếng.
② ☐	（インター）ネットにつなぐ	・テレビを（インター）ネットにつないで、見た。 I connected the TV to the Internet and watched it. 我连了网看的电视。 Tôi xem tivi kết nối với internet.
③ ☐	（インター）ネットにアクセスする	・ケータイで、（インター）ネットにアクセスした。 I accessed the Internet with my cell phone. 我在手机上上网。 Có thể truy cập mạng bằng điện thoại.
④ ☐	（インター）ネットにつながる	・パソコンを立ち上げてから30分経って、やっと（インター）ネットにつながった。 30 minutes after the PC started, it finally connected to the Internet. 电脑已经开了30分钟了，终于连上网了。 Tôi mở máy tính lên khoảng 30 phút sau mới kết nối được internet.
⑤ ☐	（インター）ネットがつながる	・山の中では、なかなか（インター）ネットがつながらない。 In the mountains, it's hard to connect to the Internet. 在山里怎么都连不上网。 Trên núi thì internet không kết nối được.
⑥ ☐	（インター）ネットからダウンロードする	・ゲームのソフトを、（インター）ネットからダウンロードした。 I downloaded the game software from the Internet. 我从网上下载了游戏软件。 Tôi đã tải phần mềm game từ mạng xuống.
⑦ ☐	（インター）ネットが速い ↔ 遅い	・このホテルは（インター）ネットが速くて、仕事をするのに便利だ。 This hotel has a fast Internet connection, which makes it easier to work. 这家酒店的网很快，工作起来很方便。 Khách sạn này đường truyền mạng rất nhanh nên làm việc rất tiện lợi. ・古いパソコンは（インター）ネットが遅いので、ファイルのダウンロードに時間がかかる。 Old computers are slow in connecting to the Internet, so it takes time to download files. 旧的电脑网速太慢了，下载文件很费时间。 Máy tính cũ nên internet rất chậm, phải mất thời gian để tải file xuống.

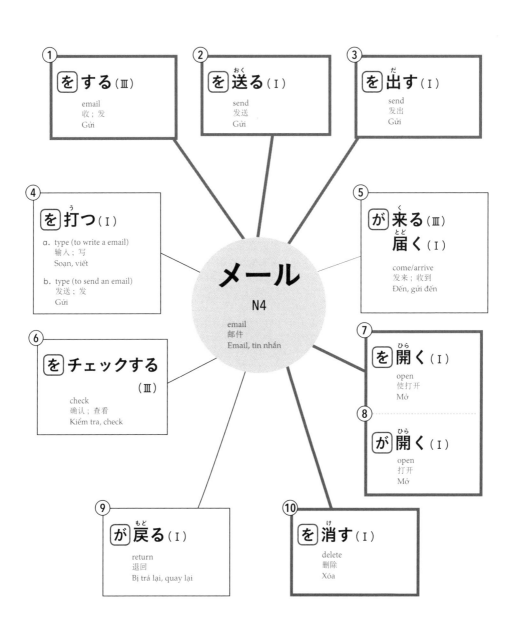

① をする (Ⅲ)
email
收；发
Gửi

② を送る (Ⅰ)
send
发送
Gửi

③ を出す (Ⅰ)
send
发出
Gửi

④ を打つ (Ⅰ)
a. type (to write a email)
输入；写
Soạn, viết
b. type (to send an email)
发送；发
Gửi

⑤ が来る (Ⅲ)
届く (Ⅰ)
come/arrive
发来；收到
Đến, gửi đến

⑥ をチェックする (Ⅲ)
check
确认；查看
Kiểm tra, check

メール
N4
email
邮件
Email, tin nhắn

⑦ を開く (Ⅰ)
open
使打开
Mở

⑧ が開く (Ⅰ)
open
打开
Mở

⑨ が戻る (Ⅰ)
return
退回
Bị trả lại, quay lại

⑩ を消す (Ⅰ)
delete
删除
Xóa

※ ②③⑤⑩ can be used for "メッセージ" in LINE, etc.
②③⑤⑩也可用于 LINE 等的 "メッセージ"。
②③⑤⑩ cũng có thể dùng cho "メッセージ" ở các ứng dụng như LINE.

🔊 A-38

① ☐	メールをする	・毎日、外国の友だち**に**メール**を**している。 I email my friends in foreign countries every day. 我每天都和外国的朋友们发邮件。 Tôi gửi email cho bạn tôi ở nước ngoài mỗi ngày.
② ☐	メールを送る	・急いでいたので、電車の中で、携帯電話**から**会社**に**メールを送った。 As I was in a hurry, I sent an email to the company from my cell phone on the train. 因为赶时间，我就在电车里用手机给公司发了邮件。 Vì tôi đang vội nên khi đi xe điện tôi gửi email đến công ty bằng điện thoại.
③ ☐	メールを出す	・間違って、相手**に** 3 回も同じメール**を**出してしまった。 I mistakenly sent the same email 3 times. 一不小心给同一个人发了三封一样的邮件。 Tôi đã gửi nhầm cho khách hàng cùng một email 3 lần.
④ ☐	メールを打つ	a.長いメール**を**打つなら、スマホよりパソコンの方がいい。 When you type a long email, it is better to use a computer than a smartphone. 写长邮件的话还是用电脑比较好。 Nếu soạn email dài thì dùng máy tính nhanh hơn điện thoại. b.国の家族**に**メール**を**打った。 I sent an email to my family back home. 我给在国内的家人发了邮件。 Tôi gửi email cho gia đình tôi ở nhà.
⑤ ☐	メールが{来る/届く}	・今日は私の誕生日なので、朝からケータイ**に**たくさんお祝いのメール**が**{来/届い}た。 Today was my birthday, so many birthday wishes {came to/arrived in} my cell phone since the morning. 因为今天是我的生日，所以从早上开始手机就一直收到祝福的邮件。 Vì hôm nay là sinh nhật của tôi nên từ sáng đến giờ có nhiều tin nhắn chúc mừng được gửi đến.
⑥ ☐	メールをチェックする	・会社の外では、スマホでメール**を**チェックしている。 When I am outside the company, I check email with my smartphone. 不在公司的时候，我用智能手机查看邮件。 Khi ở ngoài công ty tôi kiểm tra email bằng điện thoại.
⑦ ☐	メールを開く	・パソコンをネットにつないで、メール**を**開いて見た。 I connected the PC to the Internet, opened my email and read it. 我把电脑连上网之后，打开了邮件进行查看。 Tôi kết nối máy tính với internet, mở và xem email.
⑧ ☐	メールが開く	・パソコンの調子が悪くて、メール**が**開かない。 The PC is not working well, so I can't open my email. 电脑运行状态不好，邮件打不开。 Máy tính có vấn đề nên không thể mở email.
⑨ ☐	メールが戻る	・何度送っても、メール**が**戻ってきて相手に届かないので、困っている。 No matter how many times I sent it, the email was returned without being delivered, so I am at a loss. 不管我发送几次，邮件都会退回来发不到对方手里，真伤脑筋。 Tôi đã gửi đi mấy lần nhưng email đều bị trả lại. Vì không gửi đến được khách hàng nên đang rối không biết làm thế nào.
⑩ ☐	メールを消す	・間違えて、大事なメール**を**全部消してしまった。 Mistakenly, I ended up deleting all the important emails. 一不小心把重要的邮件全都删除了。 Tôi đã xóa nhầm toàn bộ email quan trọng.

1 衣　2 食　3 住　4 交通　5 学校　6 仕事　7 お金・買い物　8 情報・通信

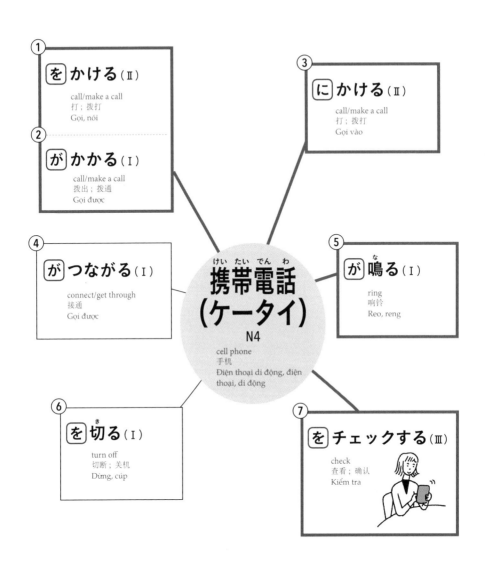

① **を**かける（Ⅱ）

call/make a call
打；拨打
Gọi, nói

② **が**かかる（Ⅰ）

call/make a call
拨出；拨通
Gọi được

③ **に**かける（Ⅱ）

call/make a call
打；拨打
Gọi vào

④ **が**つながる（Ⅰ）

connect/get through
接通
Gọi được

携帯電話
（ケータイ）
N4

cell phone
手机
Điện thoại di động, điện
thoại, di động

⑤ **が**鳴る（Ⅰ）

ring
响铃
Reo, reng

⑥ **を**切る（Ⅰ）

turn off
切断；关机
Dừng, cúp

⑦ **を**チェックする（Ⅲ）

check
查看；确认
Kiểm tra

※ ①～⑦ can be also used for " スマホ ", ①～⑥ for " 電話 ".
①～⑦可与 "スマホ" 搭配使用，①～⑥可与 "電話" 搭配使用。
①～⑦ có thể dùng cho " スマホ "、①～⑥ có thể dùng cho " 電話 ".

🔊)) **A-39**

① ☐	けいたいでんわ **携帯電話(ケータイ)** をかける	・電車の中で**携帯電話(ケータイ)**をかけるのは、よくない。 It is not good to make a call on a cell phone on the train. 在电车里打电话是不好的。 Gọi điện thoại trên xe điện là không tốt.
② ☐	けいたいでんわ **携帯電話(ケータイ)** がかかる	・この場所からは、**携帯電話(ケータイ)**がかからない。 From this place, a call cannot be made on the cell phone. 手机从这里打不了电话。 Từ chỗ này không gọi điện thoại được.
③ ☐	けいたいでんわ **携帯電話(ケータイ)** にかける	・友だちからメールの返事が来ないので、**携帯電話(ケータイ)**にかけてみた。 Since there was no reply to my email from my friend, I called his cell phone. 没有收到朋友回复的邮件，我试着给他的手机打了个电话。 Vì không nhận được hồi âm email của bạn nên tôi đã gọi thử vào điện thoại di động.
④ ☐	けいたいでんわ **携帯電話(ケータイ)** がつながる	・何度もかけて、やっと先輩に**携帯電話(ケータイ)**がつながった。 After calling so many times, I finally got through to my mentor via cell phone. 我打了好几次，终于打通了前辈的手机。 Gọi đi gọi lại mấy lần, cuối cùng thì cũng gọi được điện thoại cho đồng nghiệp.
⑤ ☐	けいたいでんわ **携帯電話(ケータイ)** が鳴る	・試験のとき、**携帯電話(ケータイ)**が鳴ってしまって、注意された。 My cell phone rang during the exam, so I was warned. 考试的时候手机响了，被警告了。 Trong lúc thi tôi bị khiển trách vì để điện thoại reo.
⑥ ☐	けいたいでんわ **携帯電話(ケータイ)** を切る	・先生に、授業中は**携帯電話(ケータイ)**を切るように言われた。 We were told by our teacher to turn off our cell phones during class. 老师说上课的时候手机要关机。 Trong giờ học tôi bị giáo viên nhắc nhở tắt điện thoại đi.
⑦ ☐	けいたいでんわ **携帯電話(ケータイ)** をチェックする	・メールが来ているかどうか、**携帯電話(ケータイ)**をチェックした。 I checked my cell phone to see if the email had arrived or not. 我用手机查看了一下有没有收到邮件。 Tôi kiểm tra di động xem có email hay không.

1 衣
2 食
3 住
4 交通
5 学校
6 仕事
7 お金・買い物
8 情報・通信

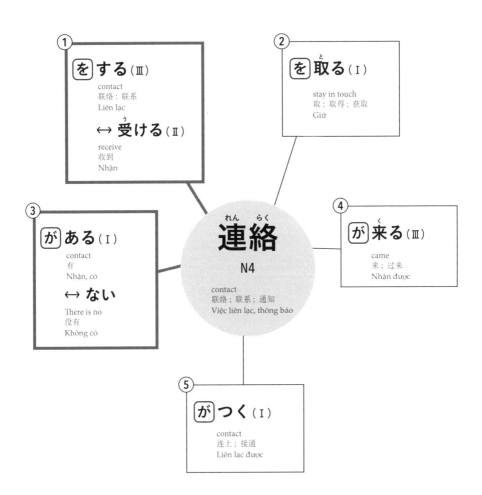

1. を する（Ⅲ）
contact
联络；联系
Liên lạc

↔ 受ける（Ⅱ）
receive
收到
Nhận

2. を 取る（Ⅰ）
stay in touch
取；取得；获取
Giữ

3. が ある（Ⅰ）
contact
有
Nhận, có

↔ ない
There is no
没有
Không có

4. が 来る（Ⅲ）
came
来；过来
Nhận được

5. が つく（Ⅰ）
contact
连上；接通
Liên lạc được

連絡
れん らく
N4
contact
联络；联系；通知
Việc liên lạc, thông báo

🔊 A-40

1 衣
2 食
3 住
4 交通
5 学校
6 仕事
7 お金・買い物
8 情報・通信

① ☐	連絡_{れんらく}をする ↔ 受_うける	・先生_{せんせい}に、かぜで学校_{がっこう}を欠席_{けっせき}すると連絡_{れんらく}をした。 I contacted my teacher and told him I would be absent from school due to my cold. 我联系了老师说我因为感冒要请假。 Tôi liên lạc cho giáo viên biết lý do tại sao tôi nghỉ học. ・突然_{とつぜん}、警察_{けいさつ}から家族_{かぞく}の事故_{じこ}の連絡_{れんらく}を受_うけて、驚_{おどろ}いた。 I was surprised to have received the sudden news of my family's accident from the police. 警察突然联系我说家里人出事故了，吓了我一跳。 Tôi bất ngờ khi nhận được liên lạc từ cảnh sát báo tai nạn của người nhà.
② ☐	連絡_{れんらく}を取_とる	・卒業_{そつぎょう}してからも、ずっと大学_{だいがく}の先輩_{せんぱい}{と／に}連絡_{れんらく}を取_とっている。 I have stayed in touch with my mentor ever since graduating from university. 毕业后我也一直和大学的前辈们保持着联系。 Dù ra trường rồi nhưng tôi vẫn giữ liên lạc với anh chị ở trường đại học.
③ ☐	連絡_{れんらく}がある ↔ ない	・電車_{でんしゃ}が止_とまっているので約束_{やくそく}に遅_{おく}れると、友_{とも}だちから連絡_{れんらく}があった。 My friend contacted me and said he would be late for the appointment as the train has stopped. 朋友联系我说电车停了，要比约定时间晚到了。 Tôi nhận được liên lạc từ bạn tôi báo do xe điện dừng nên trễ hẹn. ・帰国_{きこく}したアンさんからは、もうずっと連絡_{れんらく}がない。 There is no news from Anne, who went back to her country. 安妮回国后一直没有联系我。 Chị An về nước thì không có liên lạc gì với tôi.
④ ☐	連絡_{れんらく}が来_くる	・仕事_{しごと}の面接_{めんせつ}を受_うけに行_いったら、次_{つぎ}の日_ひ、会社_{かいしゃ}から合格_{ごうかく}の連絡_{れんらく}が来_きた。 I went to a job interview and the next day, the company notified me that I passed. 去面试了工作之后，第二天公司来了通知说我合格了 Tôi đi phỏng vấn xin việc thì ngày hôm sau tôi nhận được thông báo trúng tuyển từ công ty.
⑤ ☐	連絡_{れんらく}がつく	・大_{おお}きな地震_{じしん}があって3時間後_{じかんご}に、やっと出_でかけていた妻_{つま}{と／に}連絡_{れんらく}がついた。 Three hours after the large earthquake, I was finally contacted by my wife, who was out at the time. 大地震过去3小时后，终于联系上了外出的妻子。 Ba tiếng sau khi xảy ra động đất tôi mới liên lạc được với vợ đang đi ra ngoài.

1（　）に反対の意味の言葉を入れなさい。

① パソコンを切る　　　　　↔ パソコンを（　　　　　　　）

② ファイルを開ける　　　　↔ ファイルを（　　　　　　　）

③ データが大きい　　　　　↔ データが（　　　　　　　）

④ インターネットが速い　↔ インターネットが（　　　　　　　）

2「～をする」という形にできる言葉を全部選んで○をつけなさい。

メール　　　データ　　　インターネット　　　連絡　　　携帯電話

3「～をダウンロードする」という形にできる言葉を全部選んで○をつけなさい。

パソコン　　　ネット　　　データ　　　ケータイ　　　ファイル

4 一緒に使う言葉を［　］から全部選んで○をつけなさい。

① ［ データ　ファイル　メール　パソコン ］が重い。

② ［ 連絡　ファイル　メール　データ ］を消す。

③ ネットに［ つなぐ　つながる　チェックする　アクセスする ］

④ パソコンを［ 閉じる　立ち上げる　ログインする　フリーズする ］

⑤ メールを［ 出す　打つ　シャットダウンする　チェックする ］

⑥ 連絡が［ ある　来る　取る　つく ］

5 ＿＿の言葉が正しければ○を、間違っていれば直して、（　）に入れなさい。

① パソコンを開けたら、データが壊して（→　　　　　　　）いた。

② スマホでメールとファイルを開こう（→　　　　　　　）としたが、開かなかった。

③ パソコンが速くて（→　　　　　　　）、よく固まってしまう。

④ 病院の中で携帯電話を<u>かかって</u>（→　　　　　　　）はいけない。

⑤ ファイルが<u>小さくて</u>（→　　　　　　　）メールで一度に送れないので、2つ
に分けた。

6 { } の中の正しい方を選んで○をつけなさい。

① 私は、パソコンを速く { 打つ　　かける } ことができない。

② パソコンが壊れて、データが { 切れて　　消えて } しまった。

③ ネットがなかなか { かからない　　つながらない }。

④ 小学校のクラスメートから連絡を { 受けた　　あげた }。

⑤ 寝る前に、パソコンを { シャットダウンして　　ダウンロードして } おく。

7 ☐から言葉を選び、適当な形にして [ ] の中に入れなさい。1つの言葉は1回しか
選べません。

とどく　　つながる　　ひらく　　かける　　もどる　　おくる

昨日の夜、友だちにメールを [①　　　　　　] た。朝パソコンを
[②　　　　　　] てチェックしたら、メールは [③　　　　　　] ていなくて、
[④　　　　　　] てきていた。そこで、友だちのケータイに [⑤　　　　　　]
たが、全然 [⑥　　　　　　] なかったので、直接家に行くことにした。

8 ( ) に何を入れますか。1～4から一番いいものを1つ選びなさい。

① 授業中はケータイを（　　）、鳴らないようにしておく。

　　1 開けて　　　　2 切って　　　　3 つなげて　　　　4 チェックして

② メールにファイルを（　　）、送った。

　　1 閉じて　　　　2 開いて　　　　3 保存して　　　　4 添付して

③ 昔の恋人と、今も時々連絡を（　　）いる。

　　1 つけて　　　　2 かけて　　　　3 取って　　　　4 送って

1 衣

2 食

3 住

4 交通

5 学校

6 仕事

7 お金・買い物

8 情報・通信

9 スケジュール

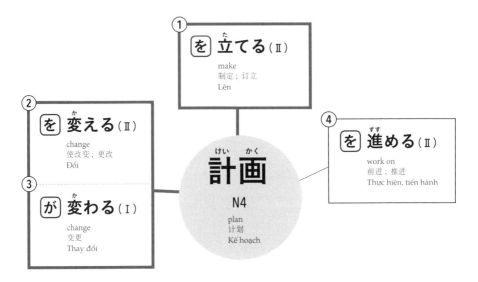

① を 立てる（Ⅱ）
make
制定；订立
Lên

② を 変える（Ⅱ）
change
使改变；更改
Đổi

③ が 変わる（Ⅰ）
change
变更
Thay đổi

計画
N4
plan
计划
Kế hoạch

④ を 進める（Ⅱ）
work on
前进；推进
Thực hiện, tiến hành

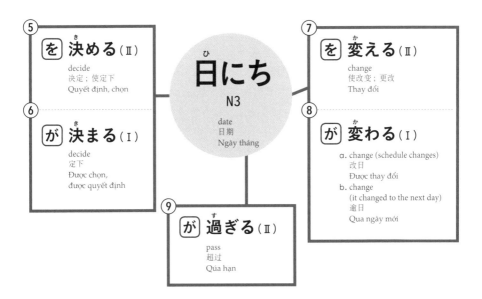

⑤ を 決める（Ⅱ）
decide
决定；使定下
Quyết định, chọn

⑥ が 決まる（Ⅰ）
decide
定下
Được chọn,
được quyết định

日にち
N3
date
日期
Ngày tháng

⑦ を 変える（Ⅱ）
change
使改变；更改
Thay đổi

⑧ が 変わる（Ⅰ）
a. change (schedule changes)
改日
Được thay đổi
b. change
(it changed to the next day)
逾日
Qua ngày mới

⑨ が 過ぎる（Ⅱ）
pass
超过
Qúa hạn

※ We also say " 日数 " for " 日にち " in the sense of "dates."
　"日にち" 也有 "天数" 的意思。
　" 日にち " cũng có ý nghĩa là "số ngày".

🔊))) B-1

① ☐	計画を立てる	・恋人と、夏休みの旅行の**計画**を立てた。 I made a plan with my girlfriend to go on a trip during the summer break. 和恋人一起制定了暑假的旅行计划。 Tôi lên kế hoạch đi du lịch hè cùng với người yêu.
② ☐	計画を変える	・沖縄へ旅行する**計画**を変えて、北海道へ行くことにした。 I changed my plan to travel to Okinawa to go to Hokkaido. 我们更改了去冲绳的旅行计划，改去北海道了。 Tôi quyết định đổi kế hoạch du lịch Okinawa thành đi Hokkaido.
③ ☐	計画が変わる	・駅前にビルを建てる**計画**が変わって、公園ができることになったそうだ。 I heard that the plan to build a building in front of the station has been changed to making a park. 原定在车站前建设高楼的计划，似乎改成建公园了。 Kế hoạch xây dựng nhà cao tầng trước ga thay đổi thành kế hoạch làm công viên.
④ ☐	計画を進める	・今、2年後に家族で田舎に引っ越す**計画**を進めている。 I am now working on a plan for my family to move to the countryside in two years. 2年后全家一起搬到乡下去的计划，现在正在进行着。 Bây giờ tôi đang thực hiện kế hoạch để 2 năm sau gia đình tôi có thể dọn nhà về quê sống.
⑤ ☐	日にちを決める	・会議の終わりに、次の会議の**日にち**を決めた。 We decide the date for the next meeting at the end of our meeting. 会议最后，决定了下一次会议的时间。 Sau buổi họp, chúng tôi quyết định ngày cho lần họp tiếp theo.
⑥ ☐	日にちが決まる	・今年のスピーチ大会の**日にち**が決まった。 The date for the speech contest this year has been decided. 今年演讲大会的日期已经定下来了。 Ngày của cuộc thi hùng biện năm nay đã được chọn.
⑦ ☐	日にちを変える	・仕事が忙しいので、引っ越しの**日にち**を変えた。 As I am busy with work, I changed the date for moving. 工作太忙了，我就把搬家的日期改了。 Vì công việc bận nên tôi đã thay đổi ngày dọn nhà.
⑧ ☐	日にちが変わる	a.テストの**日にち**が、2月1日から2月5日に変わったそうだ。 I heard that the date of the exam was changed from February 1st to the 5th." 听说考试的日期从2月1日改到了2月5日。 Ngày thi đã được thay đổi từ ngày 1 tháng 2 sang ngày 5 tháng 2. b.夜、ずっと本を読んでいたら**日にち**が変わっていた。 I had been reading the book for a long time, then last night the date was changed." 晚上，一直看书，看看着着已经第二天了。 Buổi tối mải đọc sách khi để ý thì đã qua ngày mới.
⑨ ☐	日にちが過ぎる	・日本語能力試験の申し込みの**日にち**が過ぎてしまった。 The date for Japanese Language Proficiency Test has passed. 一不留神已经过了申请日语能力考试的日期。 Hạn chót nộp hồ sơ thi năng lực Nhật ngữ đã quá hạn. ※ It also has the meaning "days gone by". / 也有"过了一些时日"的意思。 / Cũng có ý nghĩa là "ngày tháng trôi qua".

9 スケジュール

10 人・交際

11 趣味・スポーツ

12 天気

13 自然・災害

14 体

15 病気・健康

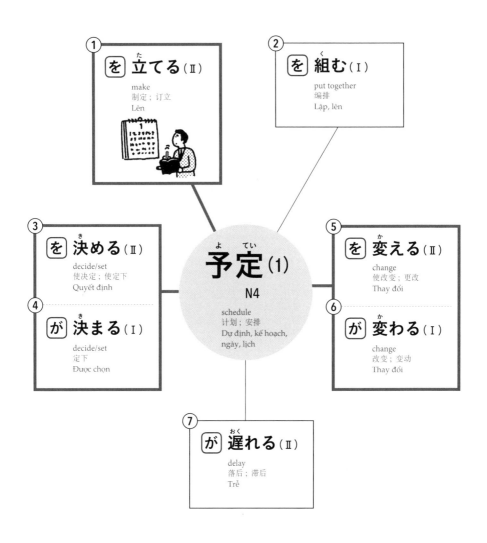

① を 立てる (Ⅱ)
make
制定；订立
Lên

② を 組む (Ⅰ)
put together
编排
Lập, lên

③ を 決める (Ⅱ)
decide/set
使决定；使定下
Quyết định

④ が 決まる (Ⅰ)
decide/set
定下
Được chọn

予定 (1)
N4
schedule
计划；安排
Dự định, kế hoạch,
ngày, lịch

⑤ を 変える (Ⅱ)
change
使改变；更改
Thay đổi

⑥ が 変わる (Ⅰ)
change
改变；变动
Thay đổi

⑦ が 遅れる (Ⅱ)
delay
落后；滞后
Trễ

※ " 予定（1）" is an overall "plan" (can be said " スケジュール ").
　" 予定（1）" 指整体的 "计划"（也可指 "日程安排"）。
　" 予定（1）" có nghĩa là "kế hoạch" tổng thể (cũng có thể dịch là "lịch").

🔊))) B-2

① ☐	予定を立てる	・月曜日に1週間の**予定を立**てて、仕事をするようにしている。 I try to make a weekly schedule on Monday and work accordingly. 我一直每周一设定1周的计划，并按此来展开工作。 Thứ hai đầu tuần tôi lên kế hoạch cho một tuần và dựa vào đó để thực hiện.
② ☐	予定を組む	・部長に相談して、来月の出張の**予定を組**んだ。 I consulted with the manager and put together the schedule for the next month's business trip." 我和部长商量着排好了下个月出差的日程。 Tôi bàn với trưởng phòng để lập kế hoạch cho dịp công tác tháng tới.
③ ☐	予定を決める	・恋人と話し合って、結婚式とパーティーの**予定を決**めた。 I talked with my boyfriend and set the schedule for the wedding ceremony and reception. 我和恋人一起商量着，决定了婚礼和派对的安排。 Tôi đã bàn với người yêu để chọn ngày tổ chức tiệc đám cưới.
④ ☐	予定が決まる	・社員の意見が合わなくて、なかなか会議の**予定が決**まらない。 The employees do not agree, so the meeting schedule can't be easily decided." 员工之间意见不统一，会议的计划安排怎么都定不下来。 Ý kiến của nhân viên không thống nhất nên ngày tổ chức họp mãi không chọn được.
⑤ ☐	予定を変える	・飛行機のチケットが取れなかったので、海外旅行の**予定を変**えて、国内旅行をすることにした。 Since I couldn't get the tickets for the airplane, I decided to change the plan from an overseas trip to a domestic one." 因为买不到机票，只能更改了去海外旅行的计划，改为在国内旅游。 Vì không mua được vé máy bay nên tôi đã quyết định thay đổi kế hoạch du lịch nước ngoài thành du lịch trong nước.
⑥ ☐	予定が変わる	・来週の試験は**予定が変**わって、始まりが10時から9時に、科目が2つから3つになった。 The schedule for the next exam changed, so the start moved from 10 o'clock to 9, and the subjects were changed from 2 to 3. 下周考试的安排有所变动，开始时间由10点改为9点，考试科目由2项改为3项。 Kế hoạch thi cho tuần sau đã thay đổi, thời gian bắt đầu từ 10 giờ chuyển thành 9 giờ, môn thi từ 2 môn thành 3 môn.
⑦ ☐	予定が遅れる	・データが集まらなくて、レポート作成の**予定が遅**れている。 Data was not collected, so making the report is delayed. 因为收集不到数据，撰写报告的计划滞后了。 Do không tổng hợp được tài liệu nên kế hoạch viết báo cáo bị chậm trễ.

9 スケジュール

10 人・交際

11 趣味・スポーツ

12 天気

13 自然・災害

14 体

15 病気・健康

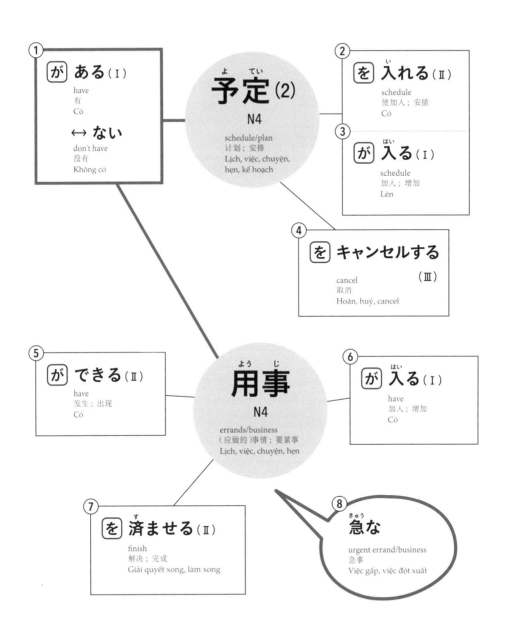

予定 (2)
よてい
N4

schedule/plan
计划；安排
Lịch, việc, chuyện,
hẹn, kế hoạch

1. が **ある** (Ⅰ)
have
有
Có

↔ **ない**
don't have
没有
Không có

2. を **入れる** (Ⅱ)
いれる
schedule
使加入；安插
Có

3. が **入る** (Ⅰ)
はいる
schedule
加入；增加
Lên

4. を **キャンセルする** (Ⅲ)
cancel
取消
Hoãn, huỷ, cancel

用事
ようじ
N4

errands/business
（应做的）事情；要紧事
Lịch, việc, chuyện, hẹn

5. が **できる** (Ⅱ)
have
发生；出现
Có

6. が **入る** (Ⅰ)
はいる
have
加入；增加
Có

7. を **済ませる** (Ⅱ)
す
finish
解决；完成
Giải quyết xong, làm xong

8. **急な**
きゅう
urgent errand/business
急事
Việc gấp, việc đột xuất

※ "予定 (2)" is each matter that is decided for when and what to do.
よてい
"予定 (2)" 指的是，各项决定什么时候做什么的计划安排。
よてい
"予定 (2)" có nghĩa là kế hoạch đã lên sẵn từng chút một là làm gì, khi nào làm.

🔊))) B-3

9 スケジュール

10 人・交際

11 趣味・スポーツ

12 天気

13 自然・災害

14 体

15 病気・健康

①	[予定][用事]がある ↔ ない	・再来週、引っ越しの**予定**があるので、会社を休む。
		I have a plan to move the week after the next, so I will take time off from my company.
		下下周我计划要搬家，所以要向公司请个假。
		Hai tuần sau vì tôi xếp lịch dọn nhà nên xin nghỉ công ty.
		・冬休みは、まだ**予定**がない。友だちとどこかへ行きたい。
		I don't have a plan for the winter break yet. I'd like to go somewhere with my friends."
		寒假还没有安排。想和朋友一起去个什么地方旅游。
		Nghỉ đông thì tôi chưa có dự định gì cả. Tôi muốn đi đâu đó chơi với bạn bè.
		・**用事**があったので、会議を欠席した。
		I had some business to attend to, so I was absent from the meeting.
		因为有要紧事要处理，所以我缺席了会议。
		Vì tôi có việc nên đã vắng mặt buổi họp.
		・この日曜日は何も**用事**がないから、趣味を楽しもう。
		I don't have anything to do this Sunday, so I am going to enjoy my hobby.
		这个星期天没什么事情，就享受一下自己爱好好了。
		Chủ nhật tuần này tôi không có việc gì nên vui chơi với sở thích của mình.
②	予定を入れる	・金曜日の夜に、レストランで食事する**予定**を入れた。
		I scheduled dinner at a restaurant on Friday night.
		星期五的晚上，我安排了去餐厅吃饭的计划。
		Tối thứ sáu tôi đã lên kế hoạch đi ăn nhà hàng.
③	予定が入る	・再来週、出張の**予定**が入った。
		A business trip is scheduled for the week after next.
		下下周，我新增了一项去出差的安排。
		Hai tuần sau tôi có lịch đi công tác.
④	予定をキャンセルする	・急な仕事で、旅行の**予定**をキャンセルした。
		I canceled my travel plans due to an urgent job.
		因为有紧急的工作要处理，我取消了旅行的计划。
		Vì có công việc đột xuất nên tôi huỷ kế hoạch du lịch.
⑤	用事ができる	・家の**用事**ができたので、食事会には出なかった。
		I had a personal errand, so I didn't attend the company dinner.
		因为家里突然有事要处理，所以我没去聚餐。
		Vì tôi có việc nhà nên không tham dự tiệc được.
⑥	用事が入る	・花見の日に**用事**が入って、行けなくなってしまった。
		I ended up not being able to go to flower gazing as I had errands to do.
		去赏花的那天突然有事要处理，去不成了。
		Vào ngày đi ngắm hoa tôi có việc nên đã không thể đi được.
⑦	用事を済ませる	・「**用事**を済ませてから行くので、少しパーティーに遅れます。」
		I will go after I finish my errands, so I will be a little late for the party.
		"我处理完事情就去，派对那边会稍微迟到一会儿。"
		Tôi làm xong việc rồi mới đi nên đi hơi trễ tiệc một chút.
⑧	急な用事	・急な**用事**で、出張からすぐ戻ることになった。
		I had to cut short my business trip because of some urgent business.
		因为有急事，不得不赶紧结束出差回来了。
		Có việc đột xuất nên đang đi công tác phải quay về.

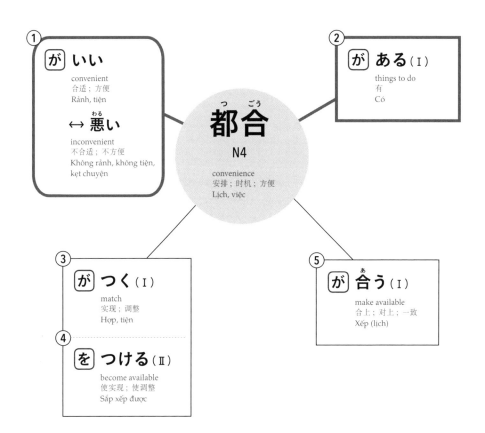

1 が いい
convenient
合适；方便
Rảnh, tiện

↔ 悪い
inconvenient
不合适；不方便
Không rảnh, không tiện,
kẹt chuyện

2 が ある（Ⅰ）
things to do
有
Có

都合
N4

convenience
安排；时机；方便
Lịch, việc

3 が つく（Ⅰ）
match
实现；调整
Hợp, tiện

4 を つける（Ⅱ）
become available
使实现；使调整
Sắp xếp được

5 が 合う（Ⅰ）
make available
合上；对上；一致
Xếp (lịch)

🔊 B-4

① ☐	都合がいい ↔ 悪い	・「都合がよければ、ぜひうちに遊びに来てください。」 "If it is convenient, by all means, please come to our house". "如果方便的话，请务必到我家来玩儿。" Nếu rảnh thì đến nhà tôi chơi nhé. ・都合が悪くなって、美容院の予約をキャンセルした。 It became inconvenient, so I canceled the reservation at the hair salon. 因为我有事不方便，所以取消了美容院的预约。 Vì kẹt chuyện nên tôi đã huỷ hẹn ở thẩm mỹ viện.
② ☐	都合がある	・都合があったので、映画の誘いを断った。 I had things to do, so I turned down the invitation to the movie. 因为有事，我拒绝了去看电影的邀请。 Có việc nên tôi đã từ chối lời mời đi xem phim.
③ ☐	都合がつく	・用事があったが、都合がついて、飲み会に行くことができた。 "I had errands to do, but I got some free time, so could go to a drinking party. 虽然我有要事在身，但还是有时间腾出来，去参加了聚会。 Dù có việc nhưng sắp xếp được nên cuối cùng có thể đi uống được.
④ ☐	都合をつける	・忙しかったが、都合をつけて、子どもの運動会を見に行った。 I was busy, but I made myself available to go and see the athletic meet for my child. 虽然很忙，但我还是腾出了时间，去看了孩子的运动会。 Dù bận nhưng tôi vẫn xếp lịch để đi xem hội thao của con tôi.
⑤ ☐	都合が合う	・都合が合わなくて、なかなか友だちと会えない。 I can't see my friend because our schedules do not match. 大家有空的时间怎么都碰不到一起，所以和朋友不怎么能见上面。 Do không tiện nên tôi chưa thể gặp bạn tôi được.

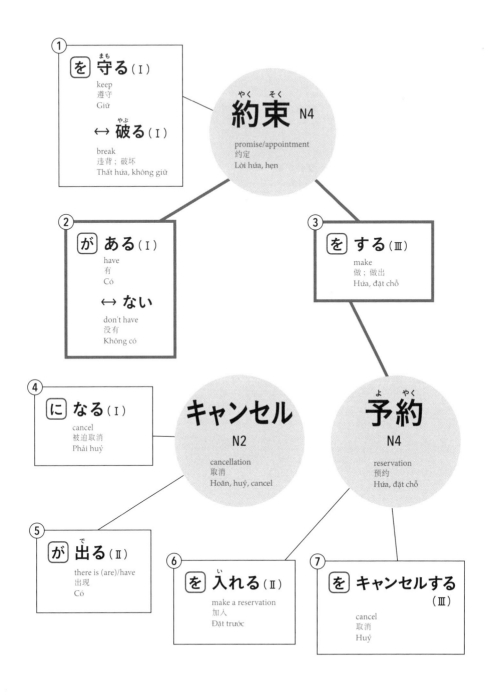

① を 守る（Ⅰ）
keep
遵守
Giữ

↔ 破る（Ⅰ）
break
违背；破坏
Thất hứa, không giữ

約束 N4
promise/appointment
约定
Lời hứa, hẹn

② が ある（Ⅰ）
have
有
Có

↔ ない
don't have
没有
Không có

③ を する（Ⅲ）
make
做；做出
Hứa, đặt chỗ

④ に なる（Ⅰ）
cancel
被迫取消
Phải huỷ

キャンセル
N2
cancellation
取消
Hoãn, huỷ, cancel

予約
N4
reservation
预约
Hứa, đặt chỗ

⑤ が 出る（Ⅱ）
there is (are)/have
出现
Có

⑥ を 入れる（Ⅱ）
make a reservation
加入
Đặt trước

⑦ を キャンセルする
（Ⅲ）
cancel
取消
Huỷ

🔊))) B-5

① ☐	約束を守る ↔ 破る	・私の父は、必ず子どもとの**約束を守**った。 My father always kept his promises to us children. 我的父亲，一定会遵守和孩子的约定。 Ba tôi thì dù thế nào cũng giữ lời hứa với con cái. ・弟 は、すぐ**約束を破**ったり、嘘をついたりする。 My little brother is always breaking a promise or lying. 弟弟总是会马上就破坏约定，或者撒谎什么的。 Em trai tôi thường hay thất hứa và nói dối.
② ☐	約束がある ↔ ない	・今夜は友だち**と約束がある**ので、飲み会には行けない。 I have an appointment with my friend this evening, so I can't go to a drinking party." 今晚和朋友有约，所以去不了聚会了。 Tối nay có hẹn với bạn bè nên không đi nhậu được. ・**約束がない**と、客がすぐに社長と会うのは難しい。 Without an appointment, it is difficult for customer to see the president right away." 如果没有事先约好的话，来客想要马上见到社长会有些困难。 Nếu không có hẹn trước thì khách hàng khó có thể gặp được giám đốc liền.
③ ☐	[約束][予約]をする	・留学が終わったら国に帰ると、父**に約束を**した。 I promised my father that I would come back to the country after I finish studying abroad. 我和父亲约好了，留学结束后就回国。 Tôi hứa với ba tôi sẽ về nước sau khi du học xong. ※ When two people make a promise to each other, it is "〜と約束をする". /"〜と約束をする"指两个人相约。/ Khi muốn nói lời hứa hai người đã giao kèo thì dùng cách nói「〜と約束をする」. ex) 恋人と結婚の約束をした。 ・旅行に行くので、ホテルの**予約を**した。 As I'm going on a trip, I made a reservation at a hotel. 因为要去旅行，我就预约了酒店。 Vì đi du lịch nên tôi đã đặt trước khách sạn.
④ ☐	キャンセルになる	・相手が急に病気になって、**約束がキャンセルになった**。 The person I was going to meet got sick suddenly and our appointment was cancelled. 因为对方突然生病了，我们的约定也就只能取消了。 Bạn tôi tự nhiên bị bệnh nên chúng tôi huỷ cuộc hẹn.
⑤ ☐	キャンセルが出る	・チケット**にキャンセルが出**て、買うことができた。 There was a cancellation of tickets, so I could buy some. 有人取消了购票，我才买到了。 Vì có người huỷ vé nên tôi có thể mua được vé đó.
⑥ ☐	予約を入れる	・歯医者**に**来週の水曜日の**予約を入れ**た。 I made a reservation at the dentist for Wednesday next week. 我下周三预约了牙医。 Tôi đã đặt trước với nha sĩ vào thứ tư tuần sau.
⑦ ☐	予約をキャンセルする	・都合が悪くて、レストランの**予約をキャンセル**した。 It was inconvenient, so I canceled my reservation at the restaurant. 因为有事，所以我取消了餐厅的预约。 Vì không đi được nên tôi phải huỷ chỗ ở nhà hàng.

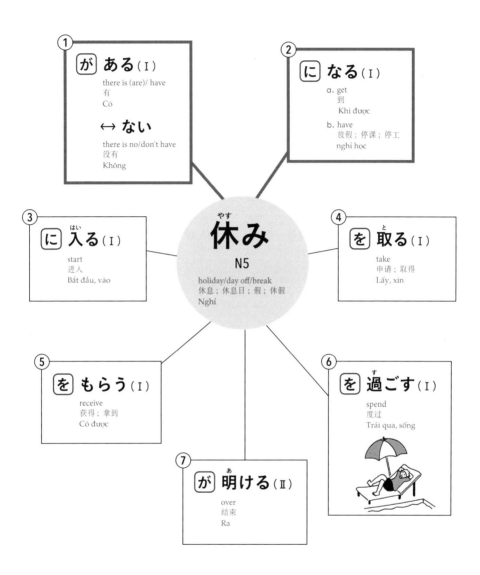

① が ある（Ⅰ）
there is (are)/ have
有
Có

↔ ない
there is no/don't have
没有
Không

② に なる（Ⅰ）
a. get
到
Khi được
b. have
放假；停课；停工
nghỉ học

③ に 入る（Ⅰ）
はい
start
进入
Bắt đầu, vào

休み
やす
N5
holiday/day off/break
休息；休息日；假；休假
Nghỉ

④ を 取る（Ⅰ）
と
take
申请；取得
Lấy, xin

⑤ を もらう（Ⅰ）
receive
获得；拿到
Có được

⑥ を 過ごす（Ⅰ）
す
spend
度过
Trải qua, sống

⑦ が 明ける（Ⅱ）
あ
over
结束
Ra

🔊))) B-6

① ☐	休みがある ↔ ない	・私の会社は、土曜日と日曜日以外も**休みがある**。 There are holidays other than Saturdays and Sundays at my company. 在我的公司，除了周六和周日之外也有休息日。 Công ty tôi ngoài thứ bảy và chủ nhật còn có ngày nghỉ khác. ・今、仕事が忙しくて、あまり**休みがない**。 I am busy now so I don't have very many days off. 我现在工作太忙了，都没有休息日。 Bây giờ công việc bận nên không thể nghỉ được nhiều.	
② ☐	休みになる	a. **休み**になったら、いろいろな所へ遊びに行きたい。 Once the break gets, I'd like to visit all kinds of places. 等到了休息日，我想去好多地方玩儿。 Khi được nghỉ tôi muốn đi chơi nhiều nơi. b. 台風で学校が**休み**になった。 School had a day off due to the typhoon. 因为台风，学校停课了。 Vì bão nên được nghỉ học.	
③ ☐	休みに入る	・大学は、来週から夏休みに**入る**。 The university starts its summer break from next week. 我们大学，从下个礼拜开始就进入暑假了。 Trường đại học bắt đầu nghỉ hè từ tuần sau.	
④ ☐	休みを取る	・体の具合が悪いので、**休みを取って**病院へ行った。 I am not well, so I took a day off to go to a hospital. 我身体不舒服，就请了假去医院。 Vì tôi không được khoẻ nên đã xin nghỉ để đi bệnh viện.	
⑤ ☐	休みをもらう	・会社{に／から}**休みをもらって**、海外へ旅行した。 I received some days off {from} my company and traveled overseas. 我向公司请了假，去国外旅游了。 Tôi được công ty cho nghỉ phép nên đã đi du lịch nước ngoài.	
⑥ ☐	休みを過ごす	・私は、本を読んで**休みを過ごして**いる。 I am spending my holidays reading books. 我在看书中度过假日。 Ngày nghỉ tôi thường dùng thời gian để đọc sách.	
⑦ ☐	休みが明ける	・明日で正月の**休みが明けて**、また仕事が始まる。 The New Year holidays are over tomorrow, so my job starts up. 明天，春假就要结束了，又要开始工作了。 Ngày mai, ra Tết sẽ bắt đầu đi làm lại.	

9 スケジュール

10 人・交際

11 趣味・スポーツ

12 天気

13 自然・災害

14 体

15 病気・健康

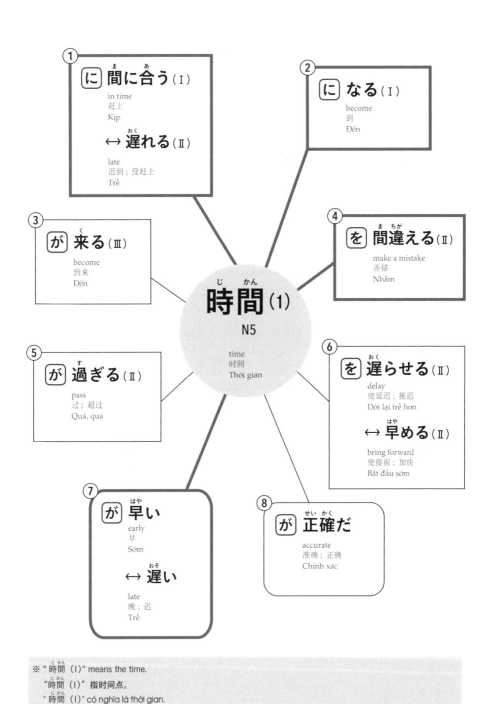

① に 間に合う（Ⅰ）
in time
赶上
Kịp

↔ 遅れる（Ⅱ）
late
迟到；没赶上
Trễ

② に なる（Ⅰ）
become
到
Đến

③ が 来る（Ⅲ）
become
到来
Đến

④ を 間違える（Ⅱ）
make a mistake
弄错
Nhầm

⑤ が 過ぎる（Ⅱ）
pass
过；超过
Quá, qua

時間（1）
N5

time
时间
Thời gian

⑥ を 遅らせる（Ⅱ）
delay
使延迟；推迟
Dời lại trễ hơn

↔ 早める（Ⅱ）
bring forward
使提前；加快
Bắt đầu sớm

⑦ が 早い
early
早
Sớm

↔ 遅い
late
晚；迟
Trễ

⑧ が 正確だ
accurate
准确；正确
Chính xác

※ " 時間（1）" means the time.
　"時間（1）" 指时间点。
　" 時間（1）" có nghĩa là thời gian.

🔊))) B-7

①	時間に間に合う ↔ 遅れる	・タクシーで行けば、約束の時間に間に合うだろう。 If you go by taxi, you will be in time for the appointment. 乘出租车去的话，还赶得上约定的时间。 Nếu đi bằng taxi thì chắc kịp giờ hẹn. ・アルバイトの時間に遅れて、先輩に怒られた。 As I was late for my part-time job, my superior scolded me. 打工迟到了，被前辈骂了。 Tôi bị trễ giờ làm thêm nên bị đồng nghiệp la.
②	時間になる	・約束の時間になったが、恋人は来なかった。 The appointed time came, but my girlfriend didn't show up. 虽然已经到了约定的时间，但是恋人还没来。 Đến giờ hẹn mà người yêu tôi vẫn chưa đến.
③	時間が来る	・出発の時間が来たので、バスに乗った。 When it was time to leave, I got on the bus. 到出发时间了，我就上了公交车。 Vì đã đến thời gian xuất phát nên tôi lên xe buýt.
④	時間を間違える	・時間を間違えて、約束の場所に１時間も早く来てしまった。 I made a mistake with the time and arrived for the appointment 1 hour early. 我弄错了时间，提前1小时到达了约定地点。 Tôi nhầm thời gian nên đã đến chỗ hẹn sớm trước 1 giờ.
⑤	時間が過ぎる	・予定の時間が過ぎても、コンサートは始まらなかった。 Even though the scheduled time had passed, the concert didn't start. 已经过了预定的时间，演唱会还没开始。 Dù đã qua thời gian dự kiến mà buổi hoà nhạc vẫn chưa bắt đầu.
⑥	時間を遅らせる ↔ 早める	・電車の事故があったため、大学は試験の時間を遅らせた。 Due to the train accident, the university delayed the time for the exam. 因为电车出事故了，所以大学方面推迟了考试的时间。 Vì có tai nạn xe điện nên trường đại học đã dời lại thời gian thi trễ hơn. ・全員が早く集まったので、会議の時間を早めた。 Everyone gathered early, so they brought forward the meeting time. 大家早早地到齐了，我们就把会议时间提前了。 Vì mọi người đã có mặt nên buổi họp bắt đầu sớm hơn.
⑦	時間が早い ↔ 遅い	・仕事の時間が早いので、毎日早く起きている。 My work starts early, so I get up early every morning. 因为上班时间早，所以我每天起得也早。 Vì thời gian làm việc sớm nên mỗi ngày tôi phải thức dậy sớm. ・今日はもう時間が遅いので、残業をやめて帰ろう。 It is late today, so let's quit working overtime and go home. 今天时间已经很晚了，还是不加班了，回家吧。 Hôm nay đã trễ rồi nên tôi không tăng ca nữa mà về luôn.
⑧	時間が正確だ	・日本の電車は、時間が正確だと言われている。 Trains in Japan are said to run on time. 大家都说日本的电车很准时。 Xe điện của Nhật Bản được cho rằng rất chính xác về thời gian. ※ In case of people, we say "時間に正確だ." / 形容人守时的时候，用"时间に正確だ"来表示。 / Trường hợp dùng cho người thì có cách nói「時間に正確だ」。 ex) 友だちはいつも時間に正確で、約束に遅れたことがない。

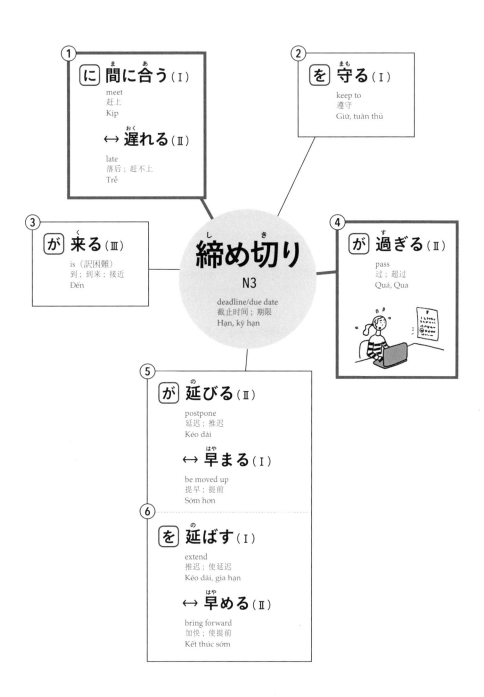

① に　間に合う（Ⅰ）
meet
赶上
Kịp

↔ 遅れる（Ⅱ）
late
落后；赶不上
Trễ

② を　守る（Ⅰ）
keep to
遵守
Giữ, tuân thủ

③ が　来る（Ⅲ）
is（訳困難）
到；到来；接近
Đến

締め切り
N3
deadline/due date
截止时间；期限
Hạn, kỳ hạn

④ が　過ぎる（Ⅱ）
pass
过；超过
Quá, Qua

⑤ が　延びる（Ⅱ）
postpone
延迟；推迟
Kéo dài

↔ 早まる（Ⅰ）
be moved up
提早；提前
Sớm hơn

⑥ を　延ばす（Ⅰ）
extend
推迟；使延迟
Kéo dài, gia hạn

↔ 早める（Ⅱ）
bring forward
加快；使提前
Kết thúc sớm

🔊 B-8

① □	締め切りに間に合う ↔ 遅れる	・締め切りに間に合うように、レポートを急ごう。 Let's get the report out quickly so it meets the deadline. 为了赶上截止时间，抓紧写报告吧。 Tôi gấp rút viết báo cáo để kịp hạn nộp. ・締め切りに遅れて、論文を受け付けてもらえなかった。 I was late for the deadline, so they didn't take my thesis. 因为没赶上截止时间，我的论文没能被受理。 Do đã trễ hạn nộp nên luận văn của tôi không được nhận.
② □	締め切りを守る	・論文は、必ず締め切りを守って提出しなければならない。 You must make sure to keep to the deadline for submitting the thesis. 论文提交必须遵守截止时间。 Phải tuân thủ và nộp luận văn đúng theo như hạn nộp quy định.
③ □	締め切りが来る	・来週レポートの締め切りが来るが、まだ全然書いていない。 The due date for the report is next week, but I haven't written anything at all. 下周就到报告的截止时间了，我还一点都没动。 Tuần sau là đến hạn nộp báo cáo mà vẫn chưa viết được gì. ※ When we want to say "ssomething is approaching", use " 近づく ." / 在表达"渐渐接近"时，用"近づく"一词来表示。 / Khi muốn nói "gần đến" thì chúng ta dùng cách nói 「近づく」 ex) レポートの締め切りが近づいている。 ※ There is also an expression " 締め切りが近い." / 另一种说法是"締め切りが近い"。 / Cũng có cách nói 「締め切りが近い」 ex) レポートの締め切りが近いので、今、とても忙しい。
④ □	締め切りが過ぎる	・コンサートのチケットを申し込もうと思ったら、１週間も前に締め切りが過ぎていた。 I was gong to apply for concert tickets, but the deadline was past a full week ago." 我正想着要去申请演唱会的门票，却发现截止日期已经过了1周了。 Tôi đang định đăng ký mua vé nhạc hội nhưng hạn đăng ký đã qua trước đến những một tuần.
⑤ □	締め切りが延びる ↔ 早まる	・論文の締め切りが延びた。 The deadline for the thesis has been postponed. 论文的截止日期推迟了。 Hạn nộp luận văn được kéo dài ra. ・研究会の発表の締め切りが早まったので、あわてた。 The deadline for the presentation in the research group was moved up, so I panicked." 研究会发表的截止时间提前了，搞得我手忙脚乱的。 Thời gian phát biểu nghiên cứu sớm hơn nên tôi đang rối.
⑥ □	締め切りを延ばす ↔ 早める	・先生は、宿題の締め切りを延ばした。 The teacher extended the deadline for the homework. 老师推迟了提交作业的截止时间。 Giáo viên kéo dài hạn nộp bài tập. ・チケットがなくなりそうなので、申し込みの締め切りを早めた。 It looked like the tickets were running out, so we brought the application deadline forward." 感觉门票快要卖完了，我们把截止时间提前了。 Vì vé sắp hết nên hạn đăng ký kết thúc sớm.

9 スケジュール

10 人・交際

11 趣味・スポーツ

12 天気

13 自然・災害

14 体

15 病気・健康

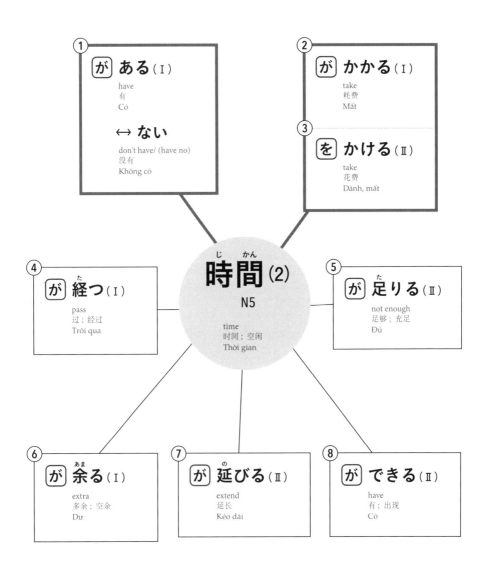

① が ある (Ⅰ)
have
有
Có

↔ ない
don't have/ (have no)
没有
Không có

② が かかる (Ⅰ)
take
耗费
Mất

③ を かける (Ⅱ)
take
花费
Dành, mất

時間 (2)
N5

time
时间；空闲
Thời gian

④ が 経つ (Ⅰ)
pass
过；经过
Trôi qua

⑤ が 足りる (Ⅱ)
not enough
足够；充足
Đủ

⑥ が 余る (Ⅰ)
extra
多余；空余
Dư

⑦ が 延びる (Ⅱ)
extend
延长
Kéo dài

⑧ が できる (Ⅱ)
have
有；出现
Có

※ " 時間 (2)"refers to the duration of time with start and end.
"时间(2)"指从开始到结束有一定区间的时间段。
" 時間 (2)" diễn tả khoảng thời gian từ lúc bắt đầu cho đến kết thúc.

※ ①〜④ is used for " 日にち (number of days)."
①〜④也可与"日にち（天数的意思）"搭配使用。
①〜④ cùng có thể dùng " 日にち (ngày giờ)".

🔊 B-9

①	時間がある ↔ ない	・母はもう仕事をやめたので、十分時間があると思う。 My mother no longer works, so she should have enough time. 我母亲已经不工作了，应该有很多空余时间。 Mẹ tôi đã nghỉ làm nên có nhiều thời gian. ・日本へ来てから毎日忙しくて、全然遊ぶ時間がない。 Ever since I came to Japan, I have been busy everyday and I have no time to play." 来日本以后每天很忙，完全没有时间玩儿。 Sau khi đến Nhật Bản mỗi ngày tôi đều bận rộn nên không có thời gian để đi chơi.
②	時間がかかる	・化粧に時間がかかって、家を出るのが遅くなった。 It took time to do my make up, so I left home late. 在化妆上费了些时间，出门晚了。 Tôi mất nhiều thời gian để trang điểm nên ra khỏi nhà trễ.
③	時間をかける	・クラスの発表がうまくいくように、準備に十分時間をかけている。 I am taking time for preparation so my presentation in class will go well. 为了能够顺利完成课堂发表，我花了很多时间准备。 Để cho việc phát biểu được tốt thì tôi dành thời gian nhiều để chuẩn bị.
④	時間が経つ	・日本へ来てから、もう長い時間が経った。 A long time has passed since I came to Japan. 从来日本到现在，已经过了很长一段时间。 Khoảng thời gian từ khi lúc đến Nhật đến bây giờ cũng khá dài.
⑤	時間が足りる	・時間が足りなくて、試験の問題が最後までできなかった。 There wasn't enough time, so I couldn't finish the last question on the exam." 因为时间不够，考试最后一题没来得及答。 Do không đủ thời gian nên tôi không thể làm hết được các phần bài thi.
⑥	時間が余る	・会議の後で時間が余ったので、みんなで食事に行った。 We had extra time after the meeting, so we went to dine together. 开完会有时间多出来了，大家一起去吃了个饭。 Sau khi họp xong chúng tôi có dư thời gian nên mọi người cùng nhau đi ăn.
⑦	時間が延びる	・コンサートの時間が延びて、帰りの電車に遅れてしまった。 The concert was extended so I missed the train home. 因为演唱会延长了，我没赶上回家的电车。 Thời gian buổi hoà nhạc kéo dài nên tôi bị trễ xe điện lúc về.
⑧	時間ができる	・用事を済ませたら、時間ができたので、映画を見に行った。 After running the errand, I had some time, so I went to see a movie. 事情办完了，有了空余的时间，我就去看了电影。 Xong việc tôi có thời gian nên tôi đi xem phim. ・父は仕事をやめて時間ができてから、よく旅行に行くようになった。 My father started traveling a lot after he quit his job and had some time." 父亲辞了工作之后，有了时间，经常出去旅行。 Ba tôi nghỉ việc nên có thời gian nhiều, vì vậy thường đi du lịch.

9 スケジュール / 10 人・交際 / 11 趣味・スポーツ / 12 天気 / 13 自然・災害 / 14 体 / 15 病気・健康

9 スケジュール　確認問題

1（　）に反対の意味の言葉を入れなさい。
① 約束を守る　　　　　↔　約束を（　　　　　　　）
② 締め切りに間に合う　↔　締め切りに（　　　　　　）
③ 時間を遅らせる　　　↔　時間を（　　　　　　　）
④ 都合がいい　　　　　↔　都合が（　　　　　　　）

2「〜がない」という形にできる言葉を選んで○をつけなさい。

予定　　都合　　休み　　時間　　約束　　用事

3 一緒に使う言葉を［　］から全部選んで○をつけなさい。
① 休みを　　［ 明ける　入る　　取る　　なる　　もらう　過ごす ］
② 予定を　　［ 立てる　遅れる　変わる　入る　　組む　　過ごす ］
③ 時間が　　［ 経つ　　余る　　延びる　来る　　足りる　過ごす ］
④ 締め切りが［ 来る　　守る　　過ぎる　早い　　軽い ］
⑤ 日にちが　［ 決まる　決める　つく　　つける　変わる　変える ］

4 下の表を完成させなさい。

自動詞	他動詞	自動詞	他動詞
①計画が＿＿＿＿＿	計画を変える	④締め切りが＿＿＿＿	締め切りを延ばす
②時間が＿＿＿＿＿	時間をかける	⑤予定が＿＿＿＿＿＿	予定を決める
予定が入る	③予定を＿＿＿＿＿	都合がつく	⑥都合を＿＿＿＿＿

9 スケジュール

10 人・交際

11 趣味・スポーツ

12 天気

13 自然・災害

14 体

15 病気・健康

5 ＿＿の言葉が正しければ○を、間違っていれば直して、（ ）に入れなさい。
① 研究の計画を早く進まなければ（→　　　　　　）ならない。
② 論文の締め切りが早めた（→　　　　　　）ので、急いで書き始めた。
③ 歌手が病気になって、コンサートがキャンセルになった（→　　　　　　　）。
④ 用事が入れた（→　　　　　　）ので、旅行の予定をキャンセルした。

6 ｛ ｝の中の正しい方を選んで○をつけなさい。
① 人気のホテルにキャンセルが出たので、すぐ予約を｛ 入れた　押さえた ｝。
② 旅行の申し込みの日にちが｛ できて　過ぎて ｝しまった。
③ 急がなければ、約束の時間に｛ 遅れて　延びて ｝しまう。
④ 用事を｛ 守って　済ませて ｝から、飲み会へ行った。

7 ＿＿から言葉を選び、適当な形にして［ ］の中に入れなさい。1つの言葉は1回しか選べません。

| きゅうだ　なる　する　できる　かえる　まちがえる |

　昨日トムさんと映画を見る約束を［①　　　　　］た。でも、いつも時間に正確な彼が、約束の時間に［②　　　　　］ても、来なかった。何か［③　　　　　］用事が［④　　　　　］たのかと思って、携帯電話にかけたら、時間を［⑤　　　　　］ていたのだそうだ。私たちは予定を［⑥　　　　　］て、近くの動物園へ行くことにした。

8 （ ）に何を入れますか。1〜4から一番いいものを1つ選びなさい。
① 約束より（ ）時間に着いたら、まだ誰もいなかった。
　1 早い　　2 短い　　3 遅い　　4 長い
② 夏休みになって時間が（ ）ら、旅行に行きたい。
　1 変わった　2 できた　3 進んだ　4 かかった
③ 恋人と都合が（ ）、なかなかデートができない。
　1 つかなくて　2 守れなくて　3 取れなくて　4 合わなくて

131

10 人 (ひと) ・ 交際 (こうさい)

People・Dating 人际・交往 Con người・Giao tế

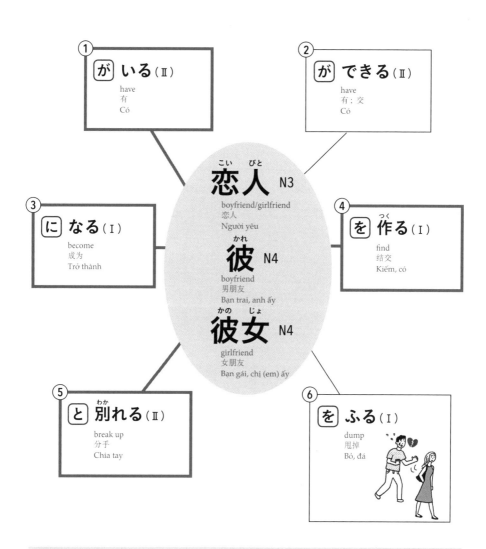

① が いる (Ⅱ)
have
有
Có

② が できる (Ⅱ)
have
有；交
Có

③ に なる (Ⅰ)
become
成为
Trở thành

④ を 作る (つく) (Ⅰ)
find
结交
Kiếm, có

⑤ と 別れる (わか) (Ⅱ)
break up
分手
Chia tay

⑥ を ふる (Ⅰ)
dump
甩掉
Bỏ, đá

恋人 (こいびと) N3
boyfriend/girlfriend
恋人
Người yêu

彼 (かれ) N4
boyfriend
男朋友
Bạn trai, anh ấy

彼女 (かのじょ) N4
girlfriend
女朋友
Bạn gái, chị (em) ấy

※ " 恋人 (こいびと) " is used for men or women, " 彼 (かれ) " is for male, " 彼女 (かのじょ) " is for female.
"恋人 (こいびと)"可指男女朋友、 "彼 (かれ)"指男朋友、 "彼女 (かのじょ)"指女朋友。
" 恋人 (こいびと) " dùng cho cả nam và nữ, " 彼 (かれ) " dùng cho nam, " 彼女 (かのじょ) " dùng cho nữ.

※ ①~④ can be also used for " 友 (とも) だち ."
①~④也可与 " 友 (とも) だち " 搭配使用。
①~④ dùng được cho " 友 (とも) だち ".

🔊 B-10

① ☐	[恋人][彼][彼女] がいる	・私には[恋人][彼][彼女]がいて、今、結婚を考えている。 I have a [sweetheart] [boyfriend] [girlfriend], and am thinking about getting married. " 我有[恋人 I 男朋友 I 女朋友]、现在正在考虑结婚。 Tôi thì có [người yêu][bạn trai][bạn gái] nên bây giờ đang suy nghĩ đến việc kết hôn.
② ☐	[恋人][彼][彼女] ができる	・息子は[恋人][彼女]ができて、家族に紹介してくれた。 My son has a [sweetheart] [girlfriend] and he introduced her to the family." 儿子有了[恋人 I 女朋友]、介绍给家里人了。 Con trai tôi thì có [người yêu][bạn gái] và đã giới thiệu với gia đình. ・姉は、高校に入ってから[恋人][彼]ができて、毎週デートしている。 My older sister has had a [sweetheart] [boyfriend] since she started going to high school, and she has a date every week. 姐姐在上了高中之后、有了[恋人 I 男朋友]、每周都去约会。 Chị gái tôi lên cấp ba có [người yêu][bạn trai], mỗi tuần đều hẹn hò.
③ ☐	[恋人][彼][彼女] になる	・高校のクラスメートと恋人になった。 My friend from high school and I became sweethearts. 我和高中的同班同学成了恋人。 Tôi trở thành người yêu của một bạn học cấp ba. ・山田さんは先輩の[彼][彼女]になった。 Miss/Mr. Yamada became her/his mentor's [boyfriend] [girlfriend]." 山田成为了前辈的[男朋友 I 女朋友]。 Yamada trở thành bạn trai [bạn gái] của anh chị khóa trước. ※ " と " is used only with " 恋人 " / "と"只可与"恋人"搭配。/「と」chỉ dùng cho「恋人」 × リンさんと[彼][彼女]になる。
④ ☐	[恋人][彼][彼女] を作る	・大学生になったら、[恋人][彼][彼女]を作りたい。 When I become a college student, I want to find a [sweetheart] [boyfriend] [girlfriend]." 等我成为大学生以后、我想有个[恋人 I 男朋友 I 女朋友]。 Lên đại học tôi muốn kiếm [người yêu][bạn trai][bạn gái].
⑤ ☐	[恋人][彼][彼女] と別れる	・[恋人][彼][彼女]と別れて、外国へ留学することにした。 I decided to break up with my [sweetheart] [boyfriend] [girlfriend] and study abroad. " 我决定和[恋人 I 男朋友 I 女朋友]分手、去国外留学了。 Chia tay với [người yêu][bạn trai][bạn gái], tôi quyết định đi du học nước ngoài.
⑥ ☐	[恋人][彼][彼女] をふる	・木村さんは、[恋人][彼][彼女]をふって、他の人と結婚した。 Mr./Miss Kimura dumped his/her [sweetheart] [boyfriend] [girlfriend] and married someone else." 木村甩了[恋人 I 男朋友 I 女朋友]、和其他人结了婚。 Kimura bỏ [người yêu][bạn trai][bạn gái] và kết hôn với người khác. ※ The passive form " [恋人][彼][彼女]にふられる " is often used as well. / 被动形态多为"[恋人][彼][彼女]にふられる"。/ Cách nói bị động「[恋人][彼][彼女]にふられる」được sử dụng nhiều。 ex)[恋人][彼][彼女]にふられて、悲しい。

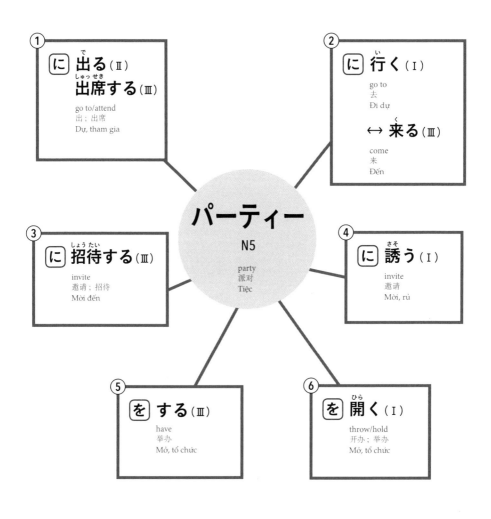

① に 出る（Ⅱ）
出席する（Ⅲ）
go to/attend
出；出席
Dự, tham gia

② に 行く（Ⅰ）
go to
去
Đi dự
↔ 来る（Ⅲ）
come
来
Đến

パーティー
N5
party
派对
Tiệc

③ に 招待する（Ⅲ）
invite
邀请；招待
Mời đến

④ に 誘う（Ⅰ）
invite
邀请
Mời, rủ

⑤ を する（Ⅲ）
have
举办
Mở, tổ chức

⑥ を 開く（Ⅰ）
throw/hold
开办；举办
Mở, tổ chức

※ ①〜⑦ apply to various meetings and events such as "飲み会 (drinking party)", "宴会 (banquet)", "忘年会 (year-end party)."
①〜⑦也可搭配"飲み会（酒会）"、"宴会（宴会）"、"忘年会（年会）"等各种聚会和活动使用。
①〜⑦ có thể dùng cho các sự kiện, buổi tiệc như là "飲み会 (nhậu)", "宴会 (tiệc tùng)", "忘年会 (tiệc cuối năm)".

134

🔊 B-11

① ☐	パーティーに{出る／出席する}	・来週のパーティーに{出る／出席する}かどうか、今日中に返事をしなければならない。 I have to reply by the end of the day if I am going to {go to/attend} the party next week." 对于出不出席下周的派对，今天必须给以答复。 Hôm nay phải trả lời là có dự tiệc tuần sau hay không.
② ☐	パーティーに行く ↔ 来る	・着物を着てパーティーに行ったら、外国人のお客さんに喜ばれた。 Foreign guests were glad to see me when I wore a kimono to the party. " 我穿着和服去了派对，外国的客人都很欢喜。 Khách nước ngoài rất vui khi thấy tôi mặc Kimono đến dự tiệc. ・案内の知らせをたくさん出したので、大勢の人がパーティーに来た。 I sent out invitations, so many people came to the party." 因为发了很多介绍宣传，派对上来了很多人。 Vì có nhiều thông báo hướng dẫn nên nhiều người biết đến dự tiệc.
③ ☐	パーティーに招待する	・友だちをたくさん結婚式のパーティーに招待した。 We invited many friends to our wedding party. 我邀请了很多朋友来参加结婚派对。 Tôi mời nhiều bạn đến dự tiệc cưới.
④ ☐	パーティーに誘う	・「楽しそうだから一緒に行こう。」と、友だちをクリスマスパーティーに誘った。 I invited my friend to a Christmas party, saying "it looks like fun so let's go together." 我邀请朋友去圣诞派对的时候说："好像很有趣的样子，一起去吧。" Tôi nói với bạn là tiệc vui lắm và rủ cùng tham gia tiệc Noel.
⑤ ☐	パーティーをする	・試験が終わったら、クラスのみんなと一緒にパーティーをする予定だ。 When the exam is over, I am planning to have a party with everyone in class." 考试结束后，打算和班里的同学们一起办个派对。 Sau khi thi xong, tôi dự định tổ chức tiệc với mọi người trong lớp.
⑥ ☐	パーティーを開く	・娘の友だちを呼んで、娘の誕生日パーティーを開いた I threw a birthday party for my daughter and invited her friends. 叫上我女儿的朋友们，给我女儿开了一个生日派对。 Mời bạn bè của con gái đến và tổ chức tiệc sinh nhật cho con.

9 スケジュール

10 人・交際

11 趣味・スポーツ

12 天気

13 自然・災害

14 体

15 病気・健康

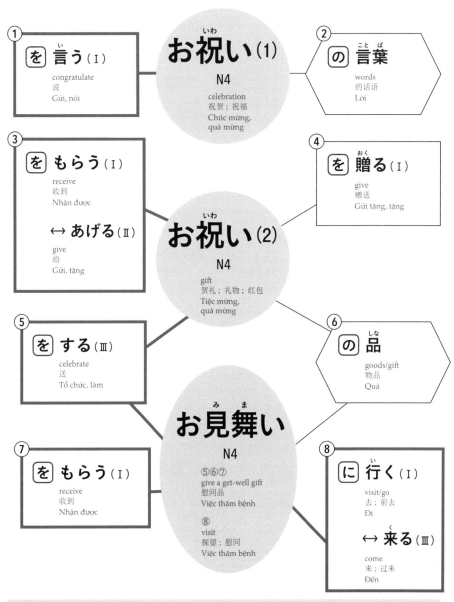

① を 言う (I)
congratulate
说
Gửi, nói

お祝い (1)
N4
celebration
祝贺；祝福
Chúc mừng,
quà mừng

② の 言葉
words
的话语
Lời

③ を もらう (I)
receive
收到
Nhận được

↔ あげる (II)
give
给
Gửi, tặng

お祝い (2)
N4
gift
贺礼；礼物；红包
Tiệc mừng,
quà mừng

④ を 贈る (I)
give
赠送
Gửi tặng, tặng

⑤ を する (III)
celebrate
送
Tổ chức, làm

⑥ の 品
goods/gift
物品
Quà

お見舞い
N4
⑤⑥⑦
give a get-well gift
慰问品
Việc thăm bệnh
⑧
visit
探望；慰问
Việc thăm bệnh

⑦ を もらう (I)
receive
收到
Nhận được

⑧ に 行く (I)
visit/go
去；前去
Đi

↔ 来る (III)
come
来；过来
Đến

※ " お祝い(1) "means congratulatory remarks, and " お祝い(2) "means goods or money given to congratulate a person.
"お祝い(1)" 指祝福的话语，"お祝い(2)" 指为表达祝福而送上的礼物或金钱。
"お祝い(1)" có nghĩa là lời chúc mừng, " お祝い(2)" là hiện vật hoặc hiện kim được trao tặng.

※ " お見舞いをする " means to give something as a get-well gift.
"お見舞いをする" 的意思是，为表慰问，送上什么东西的意思。
" お見舞いをする " có nghĩa là đi thăm và tặng quà gì đó.

🔊 B-12

① ☐	お祝いを言う	・校長先生は、学生に卒業のお祝いを言ってくださった。 The principal congratulated the students on graduating. 校长给学生们说了几句毕业的祝福。 Hiệu trưởng gửi lời chúc mừng tốt nghiệp đến học sinh.
② ☐	お祝いの言葉	・誕生日カードにお祝いの言葉を書いて、友だちに渡した。 I wrote words of congratulations in the birthday card and handed it to my friend." 我在生日贺卡上写了祝福的话后，给了朋友。 Tôi viết lời chúc mừng lên thiệp sinh nhật và trao cho bạn tôi.
③ ☐	お祝いをもらう ↔ あげる	・友だち{に／から}結婚のお祝いをもらった。 We received a wedding gift {from} our friends. 从朋友那里收到了结婚的贺礼。 Tôi nhận được quà mừng đám cưới từ bạn tôi. ・兄に誕生日のお祝いをあげた。 I gave my big brother a birthday present. 我给哥哥送了生日礼物。 Tôi tặng quà mừng sinh nhật cho anh trai.
④ ☐	お祝いを贈る	・祖母が、私に大学入学のお祝いを贈ってくれた。 My grandmother gave me a present to celebrate my going to university." 祖母为了庆祝我考上大学，包了红包给我。 Bà tôi tặng quà cho tôi khi tôi vào đại học.
⑤ ☐	[お祝い][お見舞い] をする	・娘が試験に合格したら、うちでお祝いをしよう。 If my daughter passes the exam, let's celebrate at home." 女儿考试过了，我们在家里庆祝一下吧。 Nếu như con gái thi đậu kỳ thi thì chúng ta tổ chức tiệc mừng ở nhà nhé. ・入院されている部長の奥さんに社員でお見舞いをした。 Employees gave a get-well gift to the manager's wife, who has been hospitalized. 员工们去探望了住院的部长夫人，送了慰问品。 Nhân viên công ty đi thăm bệnh vợ sếp đang nhập viện.
⑥ ☐	[お祝い][お見舞い] の品	・弟に子どもが生まれたので、お祝いの品を送った。 My brother had a child, so I sent a congratulatory gift. 弟弟的孩子出生了，我送去了贺礼。 Vợ chồng em trai sinh con nên tôi gửi quà chúc mừng. ・入院したら、会社からお見舞いの品が届いた。 When I was hospitalized, a get-well present arrived from my company." 我住院了，公司那边给我送来了慰问品。 Khi tôi nhập viện, công ty gửi quà đến thăm.
⑦ ☐	お見舞いをもらう	・入院したとき、友だち{に／から}お見舞いをもらった。 When I was hospitalized, I received a get-well present {from} my friend." 在我住院的时候，我收到了朋友送的慰问品。 Khi tôi nhập viện, tôi nhận được quà thăm bệnh của bạn gửi.
⑧ ☐	お見舞いに行く ↔ 来る	・病気の祖父のところへお見舞いに行った。 I went to visit my grandfather, who has been ill. 我去探望了生病的祖父。 Tôi đến thăm ông tôi bị bệnh. ・入院中、友だちが毎日病院にお見舞いに来てくれた。 While I was hospitalized, my friend came to see me at the hospital every day." 在我住院的时候，我朋友每天都到医院来探望我。 Khi tôi nhập viện, mỗi ngày bạn tôi đến bệnh viện thăm tôi.

9 スケジュール
10 人・交際
11 趣味・スポーツ
12 天気
13 自然・災害
14 体
15 病気・健康

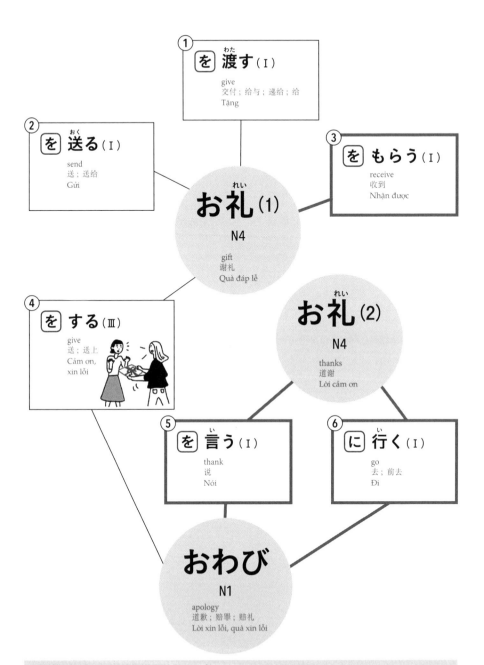

① を 渡す（Ⅰ）
give
交付；给与；递给；给
Tặng

② を 送る（Ⅰ）
send
送；送给
Gửi

③ を もらう（Ⅰ）
receive
收到
Nhận được

お礼（1）
N4
gift
谢礼
Quà đáp lễ

④ を する（Ⅲ）
give
送；送上
Cảm ơn,
xin lỗi

お礼（2）
N4
thanks
道谢
Lời cảm ơn

⑤ を 言う（Ⅰ）
thank
说
Nói

⑥ に 行く（Ⅰ）
go
去；前去
Đi

おわび
N1
apology
道歉；赔罪；赔礼
Lời xin lỗi, quà xin lỗi

※ "お礼(1)" is goods or gifts of thanks, and "お礼(2)" is the words of thanks or action."
"お礼(1)"指礼物、"お礼(2)"指道谢的话语和行为。
"お礼(1)" có nghĩa là hiện vật đáp lễ còn「お礼(2)」là lời nói và hành vi đáp lễ.

🔊 B-13

① □	お礼を渡す	・友だちが私の結婚パーティーの準備をしてくれたので、**お礼を渡した。** My friend took care of preparations for my wedding party, so I gave her a thank-you gift. 我给帮我准备了结婚派对的朋友送了谢礼。 Bạn tôi đã giúp tôi chuẩn bị nhiều cho đám cưới nên tôi gửi quà đáp lễ.
② □	お礼を送る	・病気のとき同僚にお世話になったので、**お礼を送った。** When I was sick, my colleague covered for me, so I sent them thank-you gifts. 我生病的时候受了同事不少照顾，所以我给他们送了谢礼。 Khi tôi bị bệnh thì đồng nghiệp tôi giúp đỡ nhiều, nên tôi đã gửi quà đáp lễ.
③ □	お礼をもらう	・後輩に仕事を紹介してあげたら、**お礼をもらった。** I received a thank-you gift for introducing a job to my junior. 我给后辈介绍了工作之后收到了谢礼。 Tôi nhận được quà trả lễ từ em tôi vì đã giới thiệu công việc cho nó.
④ □	[お礼] [おわび] をする	・入院中にお世話になった看護師さんたちに**お礼を**した。 I gave thanks to the nurses who took care of me when I was hospitalized. 我给在住院的时候照顾我的护士们送了谢礼。 Tôi đã gửi quà đáp lễ cho y tá đã chăm sóc tôi khi nhập viện. ・人にひどく迷惑をかけたときは、あやまるだけではなくて、**おわびを**した方がいい。 When you cause someone trouble, you should not only apologize, but also give a gift. 在给他人添了很多麻烦之后，除了口头道歉，还要好好赔礼。 Khi làm phiền đến người khác thì chỉ xin lỗi suông không đủ mà nên gửi quà xin lỗi. ※ " おわびをする " means that someone give something to apologize for what s/he did." / "おわびをする"是为表歉意而送上什么的意思。/「おわびをする」có ý nghĩa là gửi hay tặng vật gì khi xin lỗi ai.
⑤ □	[お礼] [おわび] を言う	・バスで席を譲ってもらったので、**お礼を言った。** I thanked him as he gave up his bus seat for me. 公交车上有人给我让座，我道了谢。 Tôi đã cám ơn người đã nhường chỗ cho tôi trên xe buýt. ・電車で隣の人の足を踏んでしまって、**おわびを言った。** I stepped on the foot of the person next to me on the train, so I apologized. 我在电车上踩了旁边的人的脚，道了歉。 Trên xe điện tôi giẫm phải chân người bên cạnh nên tôi nói xin lỗi.
⑥ □	[お礼] [おわび] に行く	・祖母から就職のお祝いが届いたので、祖母のところへ**お礼に行った。** I received a gift from my grandmother for my getting a job, so I went to thank her for it. 因为收到了祖母祝贺我找到工作的礼物，我便去向她道了谢。 Tôi nhận được quà mừng vào công ty từ bà tôi nên tôi đến chỗ bà để cảm ơn. ・子どもがクラスメートにけがをさせてしまったので、家まで**おわびに行った。** My child injured a classmate, so I went to his house to apologize." 因为我孩子害同学受伤了，我便去人家家里登门道歉了。 Con tôi làm cho một bạn cùng lớp bị thương nên tôi phải đến tận nhà để xin lỗi.

9 スケジュール
10 人・交際
11 趣味・スポーツ
12 天気
13 自然・災害
14 体
15 病気・健康

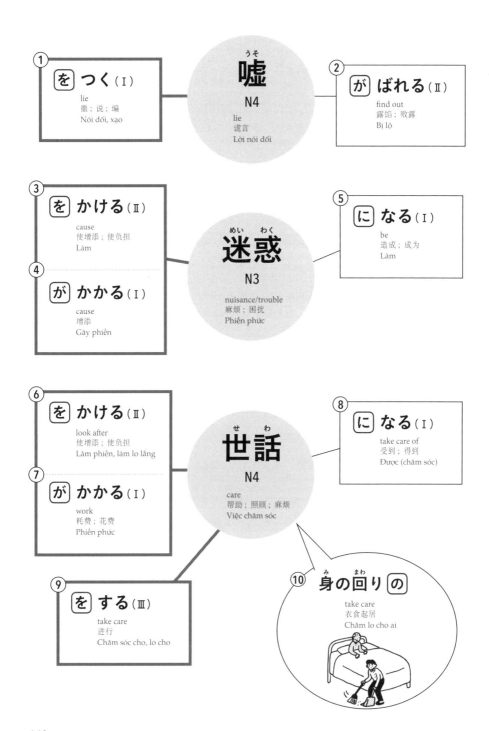

嘘 (うそ)
N4
lie
谎言
Lời nói dối

① **を つく** (Ⅰ)
lie
撒；说；编
Nói dối, xạo

② **が ばれる** (Ⅱ)
find out
露馅；败露
Bị lộ

迷惑 (めいわく)
N3
nuisance/trouble
麻烦；困扰
Phiền phức

③ **を かける** (Ⅱ)
cause
使增添；使负担
Làm

④ **が かかる** (Ⅰ)
cause
增添
Gây phiền

⑤ **に なる** (Ⅰ)
be
造成；成为
Làm

世話 (せわ)
N4
care
帮助；照顾；麻烦
Việc chăm sóc

⑥ **を かける** (Ⅱ)
look after
使增添；使负担
Làm phiền, làm lo lắng

⑦ **が かかる** (Ⅰ)
work
耗费；花费
Phiền phức

⑧ **に なる** (Ⅰ)
take care of
受到；得到
Được (chăm sóc)

⑨ **を する** (Ⅲ)
take care
进行
Chăm sóc cho, lo cho

⑩ **身の回り** (み まわ) **の**
take care
衣食起居
Chăm lo cho ai

140

🔊 B-14

①	嘘をつく	・友だちが私に嘘をついていたのは、ショックだった。 I was shocked that my friend had been lying to me. 我朋友对我撒了谎，让我很受打击。 Bạn tôi nói dối tôi nên tôi bị sốc.
②	嘘がばれる	・弟が本当のことを話したので、親に嘘がばれて怒られた。 My little brother told the truth, so our parents found out that we were lying and they scolded us." 因为弟弟跟父母说了实话，导致我撒的谎露馅了，挨了父母一顿骂。 Khi em tôi nói ra sự thật, thì mới lộ ra là nó đã nói dối nên bị bố mẹ mắng.
③	迷惑をかける	・アルバイトを休んで、仲間に迷惑をかけてしまった。 I caused trouble for my friends by skipping my part-time job. 我打工请了假，给同伴们添了麻烦。 Tôi nghỉ làm thêm nên đã làm phiền đến các bạn cùng làm.
④	迷惑がかかる	・連絡をしないで仕事を休むと、同僚に迷惑がかかる。 "If I take a day off from work without letting them know, it will cause a nuisance to my colleagues." 如果不事先联系就请假的话，会给同事们添麻烦的。 Nghỉ làm mà không liên lạc sẽ gây phiền phức đến đồng nghiệp.
⑤	迷惑になる	・近所の迷惑になるので、夜に騒ぐのはよくない。 As it is a nuisance to the neighbors, it is not good to make noise at night." 晚上太过吵闹是不好的，会给邻里造成困扰的。 Việc làm ồn ban đêm làm phiền hàng xóm và điều đó là không tốt.
⑥	世話をかける	・入院して、家族に世話をかけた。 My family looked after me when I was hospitalized. 我住院给家里人添了麻烦。 Tôi nhập viện và làm cho gia đình phải lo lắng.
⑦	世話がかかる	・ペットをたくさん飼うのは、世話がかかる。 Keeping a lot of pets is a lot of work. 因为养了很多宠物，很耗费精力。 Nuôi nhiều thú cưng cũng rất phiền phức
⑧	世話になる	・私は大学生のとき、伯父の家で伯父夫婦{の／に}世話になっていた。 When I was a college student, my uncle and aunts took care of me at their house." 在我大学时期，在叔叔家里受了他们二夫妻不少照顾。 Khi là sinh viên đại học, tôi đã ở nhờ nhà chú tôi và được vợ chồng chú thím chăm sóc nhiều.
⑨	世話をする	・アンさんは、毎日、小さい妹の世話をしている。 Ann takes care of her little sister every day. 安每天都要照顾年幼的妹妹。 Chị An mỗi ngày đều chăm sóc cho em gái nhỏ. ※ This is also used not just for people but also for animals and plants. / 除了人之外，也可用于动物和植物。 / Không chỉ dùng cho người mà có thể dùng cho động thực vật. ex) ペットの世話をする。庭のバラの世話をする。
⑩	身の回りの世話	・病気の父の身の回りの世話をしている。 I am taking care of my sick father. 我一直顾着病中父亲的衣食起居。 Tôi chăm lo cho ba tôi đang bị bệnh.

9 スケジュール
10 人・交際
11 趣味・スポーツ
12 天気
13 自然・災害
14 体
15 病気・健康

1「～をする」という形にできる言葉を全部選んで○をつけなさい。

> 世話　お祝い　お見舞い　嘘　おわび　お礼　恋人　パーティー

2「～をもらう」という形にできる言葉を全部選んで○をつけなさい。

> 迷惑　　お祝い　　嘘　　お見舞い　　お礼　　世話

3 一緒に使う言葉を ［　］ から全部選んで○をつけなさい。
　① 恋人を　　　　［いる　作る　できる　なる　別れる］
　② パーティーに［誘う　来る　出す　行く　出る　］
　③ お祝いを　　　［言う　来る　贈る　行く　なる　］
　④ お礼を　　　　［行く　渡す　送る　言う　来る　］

4 ＿＿の言葉が正しければ○を、間違っていれば直して、（　）に入れなさい。
　① 私が入院しているとき、恋人が毎日病院にお見舞いに行って

　　（→　　　　　　　）くれてうれしかった。
　② 大学が、卒業のパーティーを開ける（→　　　　　　　）そうだ。
　③ 私は体が弱くて、子どもたちに世話をかかって（→　　　　　　　）いる。
　④ 夜、大きな音で音楽を聞くのは、迷惑にする（→　　　　　　　）から、やめ

　　よう。
　⑤ 私は、クラスメートに誕生日のお祝いをあげた（→　　　　　　　）。

5 { } の中の正しい方を選んで○をつけなさい。

① 私は、祖母の { 身の回り　　身の上 } の世話をしている。

② 先生が入院したので、お見舞いの { 事　　品 } を届けた。

③ 息子が友だちにけがをさせてしまったので、友だちの家までおわびに
{ 行った　　なった }。

④ 仕事が忙しいときに休みを取ると、他の人に迷惑が { かりる　　かかる }。

⑤ 友だちを誕生日のパーティーに { 紹介した　　招待した }。

6 ◯◯◯から言葉を選び、適当な形にして [ ] の中に入れなさい。1つの言葉は1回しか選べません。

| しな　　つく　　ふる　　ばれる　　かける　　しゅっせきする |

彼女と一緒に先輩の結婚式のパーティーに［①　　　　　　］ことになった。二人でお祝いの［②　　　　　　］を買いに行ったが、私は何がいいかわからなかった。それで、全部彼女にお願いして帰った。パーティーの日、寝坊して遅れて行ったら、彼女は怒っていた。迷惑を［③　　　　　　］たのだから当たり前だと思う。でも、私はあやまらずに「仕事のせいで遅れた。」と嘘を［④　　　　　　］た。すると、すぐに嘘が［⑤　　　　　　］て、彼女に［⑥　　　　　　］てしまった。

7 ( ) に何を入れますか。1～4から一番いいものを1つ選びなさい。

① 道で人にぶつかってしまって、おわびを ( )。

1 話した　　　2 しゃべった　　　3 ついた　　　4 言った

② 私はアメリカに留学していたとき、叔母の世話に ( ) いた。

1 かけて　　　2 つけて　　　3 なって　　　4 とって

③ 大学に合格して、先生からお祝いの ( ) をもらった。

1 言葉　　　2 話　　　3 迷惑　　　4 嘘

11 趣味・スポーツ

Hobby・Sports 爱好・运动
Sở thích・Thể thao

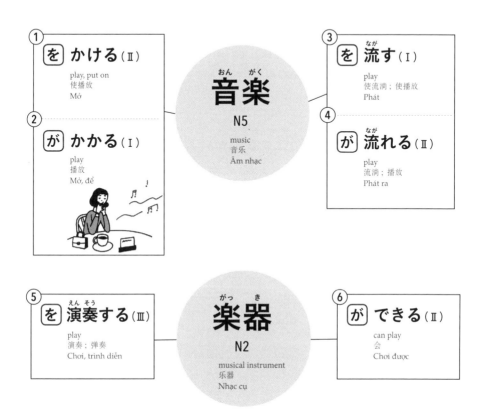

① を かける (Ⅱ)
play, put on
使播放
Mở

② が かかる (Ⅰ)
play
播放
Mở, để

音楽
おん がく
N5
music
音乐
Âm nhạc

③ を 流す (Ⅰ)
なが
play
使流淌；使播放
Phát

④ が 流れる (Ⅱ)
なが
play
流淌；播放
Phát ra

⑤ を 演奏する (Ⅲ)
えん そう
play
演奏；弹奏
Chơi, trình diễn

楽器
がっ き
N2
musical instrument
乐器
Nhạc cụ

⑥ が できる (Ⅱ)
can play
会
Chơi được

※ ①〜⑤ are also used for "曲", ①〜④ for "歌."
　①〜⑤可用于"曲"、①〜④可用于"歌"。
　①〜⑤ dùng cho "曲", ①〜④ cũng có thể dùng cho "歌".

144

① ☐	<ruby>音楽<rt>おんがく</rt></ruby>をかける	・<ruby>私<rt>わたし</rt></ruby>は、よく<ruby>音楽<rt>おんがく</rt></ruby>をかけながら<ruby>料理<rt>りょうり</rt></ruby>をしている。 I often put on music while I cook. 我经常一边放音乐，一边做菜。 Tôi thường vừa mở nhạc vừa nấu ăn.
② ☐	<ruby>音楽<rt>おんがく</rt></ruby>がかかる	・この<ruby>喫茶店<rt>きっさてん</rt></ruby>では、いつも<ruby>新<rt>あたら</rt></ruby>しい<ruby>音楽<rt>おんがく</rt></ruby>がかかっている。 This café always plays new music. 这家咖啡厅播放的一直都是最新的音乐。 Quán cà phê này lúc nào cũng mở nhạc mới.
③ ☐	<ruby>音楽<rt>おんがく</rt></ruby>を<ruby>流<rt>なが</rt></ruby>す	・<ruby>一日中<rt>いちにちじゅう</rt></ruby>ずっと<ruby>音楽<rt>おんがく</rt></ruby>を<ruby>流<rt>なが</rt></ruby>しているラジオ<ruby>番組<rt>ばんぐみ</rt></ruby>がある。 There is a radio station that plays music all day long. 有的广播节目一天到晚都放着音乐。 Có những chương trình radio phát nhạc suốt ngày.
④ ☐	<ruby>音楽<rt>おんがく</rt></ruby>が<ruby>流<rt>なが</rt></ruby>れる	・<ruby>街<rt>まち</rt></ruby>を<ruby>歩<rt>ある</rt></ruby>いていると、どこかからきれいな<ruby>音楽<rt>おんがく</rt></ruby>が<ruby>流<rt>なが</rt></ruby>れてきた。 When I was walking around town, some beautiful music was being played somewhere. 在街上走着走着，不知从什么地方传来了悦耳的音乐。 Khi đi bộ trên đường thì ở đâu đó phát ra âm nhạc rất hay.
⑤ ☐	<ruby>楽器<rt>がっき</rt></ruby>を<ruby>演奏<rt>えんそう</rt></ruby>する	・「あなたは<ruby>何<rt>なに</rt></ruby>か<ruby>楽器<rt>がっき</rt></ruby>を<ruby>演奏<rt>えんそう</rt></ruby>することができますか。」 "Can you play a musical instrument?" "你会演奏什么乐器吗？" "Em có thể chơi loại nhạc cụ nào?"
⑥ ☐	<ruby>楽器<rt>がっき</rt></ruby>ができる	・<ruby>私<rt>わたし</rt></ruby>は<ruby>何<rt>なに</rt></ruby>も<ruby>楽器<rt>がっき</rt></ruby>ができないが、<ruby>歌<rt>うた</rt></ruby>うことは<ruby>大好<rt>だいす</rt></ruby>きだ。 I can't play any musical instruments, but I love to sing. 虽然我不会什么乐器，但是我很喜欢唱歌。 Tôi không chơi được nhạc cụ nào nhưng rất thích hát.

9 スケジュール

10 人・交際

11 趣味・スポーツ

12 天気

13 自然・災害

14 体

15 病気・健康

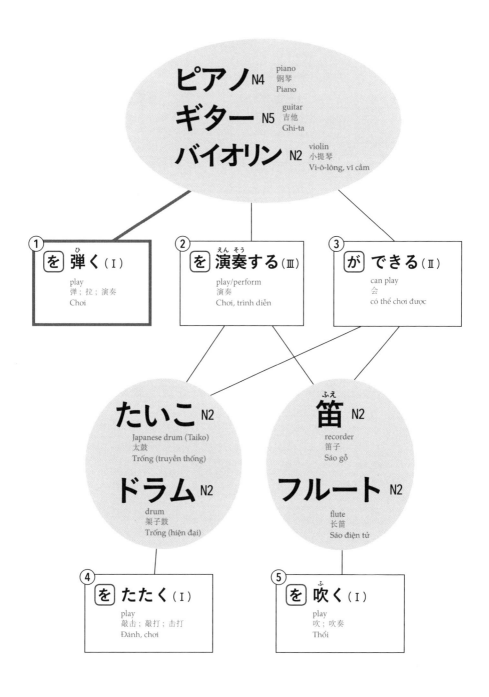

ピアノ N4
piano
钢琴
Piano

ギター N5
guitar
吉他
Ghi-ta

バイオリン N2
violin
小提琴
Vi-ô-lông, vĩ cầm

① を 弾く（Ⅰ）
play
弹；拉；演奏
Chơi

② を 演奏する（Ⅲ）
play/perform
演奏
Chơi, trình diễn

③ が できる（Ⅱ）
can play
会
có thể chơi được

たいこ N2
Japanese drum (Taiko)
太鼓
Trống (truyền thống)

ドラム N2
drum
架子鼓
Trống (hiện đại)

笛 N2
recorder
笛子
Sáo gỗ

フルート N2
flute
长笛
Sáo điện tử

④ を たたく（Ⅰ）
play
敲击；敲打；击打
Đánh, chơi

⑤ を 吹く（Ⅰ）
play
吹；吹奏
Thổi

🔊 B-16

① ☐	[ピアノ][ギター] [バイオリン]を弾く	・私の趣味は、[ピアノ][ギター][バイオリン]を弾くことだ。 My hobby is playing the [piano] [guitar] [violin]. 我的爱好是演奏[钢琴][吉他][小提琴]. Sở thích của tôi là chơi [piano][ghi-ta][vĩ cầm]. ※ "弾く" is used for other various string instruments. /“弾く”也可用于其他的弦乐器。/「弾く」được dùng cho những nhạc cụ đàn dây.
② ☐	[ピアノ][ギター] [バイオリン] [たいこ][ドラム] [笛][フルート] を演奏する	・学校のコンサートで、[ピアノ][ギター][バイオリン][たいこ][ドラム][笛][フルート]を演奏した。 I played the [piano] [guitar] [violin] [Japanese drum] [drum] [recorder] [flute] in the school concert. 我在学校的音乐会上演奏了[钢琴][吉他][小提琴][太鼓][架子鼓][笛子][长笛]. Trong buổi hòa nhạc tại trường, chúng tôi trình diễn [piano][ghi-ta][vĩ cầm][trống truyền thống][trống hiện đại][sáo truyền thống][sáo điện tử]. ※ "演奏する" is also used for other various instruments. /“演奏する”亦可用于其他各种乐器。/「演奏する」có thể được sử dụng cho nhiều loại nhạc cụ khác.
③ ☐	[ピアノ][ギター] [バイオリン] [たいこ][ドラム] [笛][フルート] ができる	・私は、[ピアノ][ギター][バイオリン][たいこ][ドラム][笛][フルート]ができる。 I can play the [piano] [guitar] [violin] [Japanese drum] [drum] [recorder] [flute]. 我会[钢琴][吉他][小提琴][太鼓][架子鼓][笛子][长笛]. Tôi có thể chơi được [piano][ghi-ta][vĩ cầm][trống truyền thống][trống hiện đại][sáo truyền thống][sáo điện tử]. ※ "できる" is used for other instruments that requires practice. /“できる”也可用于其他各种需要练习的乐器。/「できる」có thể dùng cho các loại nhạc cụ khác cần luyện tập nhiều.
④ ☐	[たいこ][ドラム] をたたく	・町の行事で、子どもたちがたいこをたたいた。 Children played the drums for an event in town. 在街道开展的活动中，孩子们打了太鼓. Trẻ em đánh trống trong sự kiện của khu phố. ・弟は、バンドでドラムをたたいている。 My little brother plays the drum in a band. 弟弟在乐队里打架子鼓. Em tôi là tay chơi trống trong một ban nhạc. ※ "たたく" is also used for other various percussion instruments. /“たたく”也可用于其他各种打击乐器。/「たたく」có thể được dùng cho các loại nhạc khí gõ.
⑤ ☐	[笛][フルート] を吹く	・お祭りで笛を吹くので、今、練習をしている。 I am going to play the recorder in the festival, so I am practicing it now. 因为要在庙会上吹笛子，所以我现在在练习. Ở lễ hội tôi sẽ thổi sáo nên bây giờ tôi đang luyện tập. ・オーケストラでフルートを吹いている。 I play the flute in the orchestra. 我在交响乐团里吹长笛. Trong ban nhạc tôi chơi sáo điện tử. ※ "笛" has a meaning of "whistle." /“笛”也有“哨子”的意思。/「笛」cũng có ý nghĩa là huýt sáo. ※ "吹く" is used for other various pipe instruments. /“吹く”也可用于其他各种管乐器。/「吹く」có thể được dùng cho các loại nhạc khí thổi.

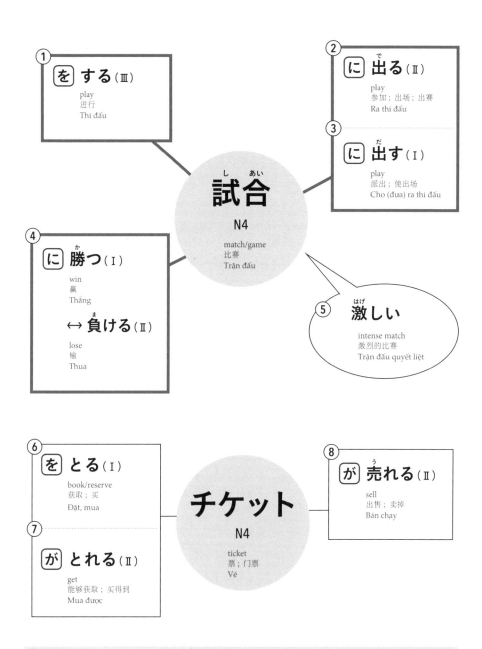

① を する (Ⅲ)
play
进行
Thi đấu

② に 出る (Ⅱ)
play
参加；出场；出赛
Ra thi đấu

③ に 出す (Ⅰ)
play
派出；使出场
Cho (đưa) ra thi đấu

試合
N4
match/game
比赛
Trận đấu

④ に 勝つ (Ⅰ)
win
赢
Thắng

↔ 負ける (Ⅱ)
lose
输
Thua

⑤ 激しい
intense match
激烈的比赛
Trận đấu quyết liệt

⑥ を とる (Ⅰ)
book/reserve
获取；买
Đặt, mua

⑦ が とれる (Ⅱ)
get
能够获取；买得到
Mua được

チケット
N4
ticket
票；门票
Vé

⑧ が 売れる (Ⅱ)
sell
出售；卖掉
Bán chạy

※ Tickets for transportation are also called "切符."
交通工具的票也称作 "切符"。
Vé đi các phương tiện di chuyển cũng có thể dùng "切符".

148

🔊))) B-17

① □	試合をする	・今日は一日テニスの**試合を**して、疲れた。 I played tennis matches all day today, so I am tired. 今天比了一天网球，好累。 Hôm nay cả ngày tôi thi đấu tennis nên rất mệt mỏi.
② □	試合に出る	・来週サッカーの**試合に**出るので、毎日練習している。 "I am going to play in the soccer game next week, so we practice every day." 因为要参加下周的足球比赛，所以现在每天都在练习。 Tuần sau tôi ra thi đấu bóng đá nên mỗi ngày tôi phải luyện tập.
③ □	試合に出す	・コーチは、チームの選手を全員**試合に**出した。 The coach played everyone in the game. 教练把队里的所有选手都派上场比赛了。 Huấn luyện viên cho tất cả các vận động viên trong đội ra thi đấu.
④ □	試合に勝つ ↔ 負ける	・オリンピックで、私の国は、バレーボールの**試合に**勝った。 My country won a volleyball game in the Olympics. 奥运会上，我们国家赢了排球比赛。 Ở Thế vận hội, đất nước tôi đã thắng trong trận đấu bóng chuyền. ・毎日練習していたのに、**試合に**負けて、悔しい。 I was sorry to lose the match after practicing for it every day. 明明每天都在练习，却还是输了比赛，好不甘心。 Mặc dù mỗi ngày tôi đều luyện tập nhưng vẫn thua trong cuộc thi nên cảm thấy buồn.
⑤ □	激しい試合	・明日のラグビーは、世界で1位と2位の強いチームがやるから、**激しい試合**になるだろう。 Tomorrow's rugby match is between the 2 strongest teams in the world, so it will be an intense game." 明天的橄榄球比赛是排名世界第1和第2的强强对决，必定会是一场激烈的比赛。 Trận đấu bóng bầu dục ngày mai, cả hai đội đều mạnh, một đội đứng 1, một đội đứng thứ 2, có thể sẽ là trận đấu vô cùng quyết liệt.
⑥ □	チケットをとる	・旅行のために、早く新幹線の**チケットを**とっておいた。 I booked the tickets for the bullet train for our trip well in advance. 为了旅行，我早早地买好了新干线的车票。 Tôi đặt mua vé Shinkansen sớm để đi du lịch.
⑦ □	チケットがとれる	・私の好きな歌手は、人気がすごくて、なかなかコンサートの**チケットが**とれない。 My favorite singer is very popular, so it is hard to get tickets for her concert." 我喜欢的歌手人气很高，演唱会的门票很难买到。 Ca sĩ tôi thích thì rất nổi tiếng nên vé ca nhạc rất khó mua được.
⑧ □	チケットが売れる	・オリンピックは、すぐに**チケットが**売れてなくなってしまうそうだ。 Tickets sell so fast and none are left for the Olympics. 奥运会的门票似乎很快就会被卖完。 Nghe nói vé Olympic thì bán rất chạy, hết rất nhanh.

9 スケジュール

10 人・交際

11 趣味・スポーツ

12 天気

13 自然・災害

14 体

15 病気・健康

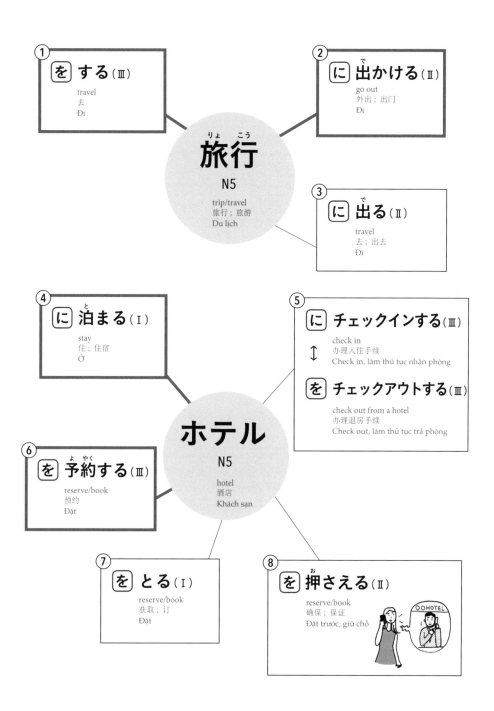

1 を する（Ⅲ）
travel
去
Đi

2 に 出かける（Ⅱ）
go out
外出；出门
Đi

旅行
りょこう
N5
trip/travel
旅行；旅游
Du lịch

3 に 出る（Ⅱ）
travel
去；出去
Đi

4 に 泊まる（Ⅰ）
stay
住；住宿
Ở

5 に チェックインする（Ⅲ）
check in
办理入住手续
Check in, làm thủ tục nhận phòng

を チェックアウトする（Ⅲ）
check out from a hotel
办理退房手续
Check out, làm thủ tục trả phòng

ホテル
N5
hotel
酒店
Khách sạn

6 を 予約する（Ⅲ）
よやく
reserve/book
预约
Đặt

7 を とる（Ⅰ）
reserve/book
获取；订
Đặt

8 を 押さえる（Ⅱ）
お
reserve/book
确保；保证
Đặt trước, giữ chỗ

🔊 B-18

① 旅行をする	・私は長い休みになると、たいてい**旅行をする**。 When it's time for a long break, I usually go on a trip. 一般有长假的时候，我都会去旅行。 Vào những dịp nghỉ dài thì tôi thường đi du lịch.
② 旅行に出かける	・ゴールデンウィークは、**旅行に出かける**人が多い。 Many people go out and travel during Golden Week. 在黄金周出门旅游的人很多。 Vào dịp Golden Week có nhiều người đi du lịch.
③ 旅行に出る	・息子は今、**旅行に出**ていて、うちにいない。 My son is traveling now and not home. 我儿子现在出去旅游了，不在家。 Con trai tôi hiện giờ đang đi du lịch không có ở nhà.
④ ホテルに泊まる	・京都に行くときは、いつも同じ**ホテルに泊まる**。 When I go to Kyoto, I always stay at the same hotel. 去京都旅游的时候，我一直都住同一家酒店。 Khi đi Kyoto, lúc nào tôi cũng ở cùng một khách sạn.
⑤ ホテルにチェックインする ↕ ホテルをチェックアウトする	・着いてすぐ**ホテルにチェックイン**して、食事に出かけた。 I checked in at the hotel as soon as I arrived and then went out for dinner. 到了之后我马上办理了酒店的入住手续，然后出门吃饭去了。 Đến khách sạn là tôi check in liền và đi ra ngoài dùng bữa. ・朝10時までに、**ホテルをチェックアウト**しなければならない。 You must check out of the hotel by 10 a.m. 上午10点之前，必须要办理酒店的退房手续。 Buổi sáng phải check out khách sạn trước 10 giờ.
⑥ ホテルを予約する	・旅行に行くときは、まず**ホテルを予約する**。 Before a trip, the first thing I do is reserve a hotel. 要出去旅行的时候，首先要预约好酒店。 Khi đi du lịch, đầu tiên phải đặt khách sạn.
⑦ ホテルをとる	・出張のために、大阪に**ホテルを**とった。 I booked a hotel in Osaka for my business trip. 因为要出差，我订了大阪的酒店。 Tôi đặt khách sạn ở Osaka cho chuyến công tác.
⑧ ホテルを押さえる	・正月に旅行したいが、混むから、早く**ホテルを押さえて**おこう。 I would like to travel during the new year's holiday, but since it is going to be crowded, I should reserve a hotel in advance." 想在春假的时候出去旅游，但又是高峰期，还是早点把酒店先确保下来吧。 Tết tôi muốn đi du lịch nhưng thường kẹt phòng nên tôi đã đặt trước khách sạn từ sớm.

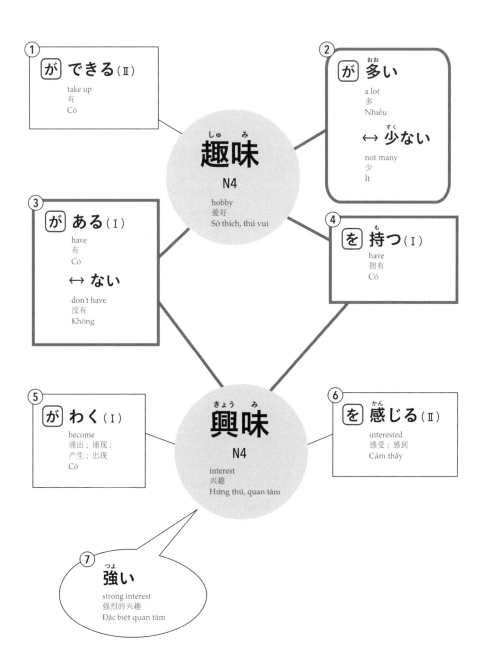

① が できる（Ⅱ）
take up
有
Có

② が 多い
a lot
多
Nhiều

↔ 少ない
not many
少
Ít

趣味
N4
hobby
爱好
Sở thích, thú vui

③ が ある（Ⅰ）
have
有
Có

↔ ない
don't have
没有
Không

④ を 持つ（Ⅰ）
have
拥有
Có

⑤ が わく（Ⅰ）
become
涌出；涌现；
产生；出现
Có

興味
N4
interest
兴趣
Hứng thú, quan tâm

⑥ を 感じる（Ⅱ）
interested
感受；感到
Cảm thấy

⑦ 強い
strong interest
强烈的兴趣
Đặc biệt quan tâm

🔊 B-19

① ☐	趣味ができる	・日本に来て、絵を描く**趣味が**できた。 Since coming to Japan, I took up drawing pictures as a hobby. 来了日本之后，有了一个绘画的爱好。 Khi đến Nhật tôi bắt đầu thích vẽ tranh.
② ☐	趣味が多い ↔ 少ない	・友だちは**趣味が**多くて、歌、旅行といろいろ楽しんでいる。 My friend has a lot of hobbies, and she enjoys various things such as singing and traveling." 我朋友爱好广泛，唱歌、旅行什么的，他都享受其中。 Bạn tôi có nhiều sở thích, du lịch, ca hát nên rất vui.
③ ☐	[趣味] [興味] がある ↔ ない	・**趣味が**あると、生活が楽しくなる。 When one has a hobby, life is more fun. 爱好可以使生活更加欢乐。 Có sở thích thì cuộc sống sẽ trở nên thú vị. ・兄には、小説を書く**趣味が**ある。 My older brother's hobby is writing a novel. 哥哥的爱好是写小说。 Anh trai tôi có sở thích viết tiểu thuyết. ・私は何も**趣味が**ないので、休みの日はテレビばかり見ている。 I don't have any hobbies, so I watch nothing but TV on my days off. 我什么爱好都没有，所以休息日除了看电视还是看电视。 Tôi không có sở thích gì nên ngày nghỉ chỉ xem tivi thôi. ・私は、外国の文化**に興味が**ある。 I am interested in the cultures in foreign countries. 我对外国的文化很感兴趣。 Tôi có quan tâm đến văn hóa nước ngoài. ・友だちと違って、私はゲーム**に興味が**ない。 Unlike my friends, I am not interested in games. 和朋友们不同，我对游戏没有兴趣。 Khác với bạn tôi, tôi không quan tâm đến game.
④ ☐	[趣味] [興味] を持つ	・ストレスをなくすためには、何か**趣味を**持つといいそうだ。" "I heard that it is good to have some kind of hobby to eliminate stress. " 拥有一些爱好，有助于释放压力。 Để giải stress thì nên có một sở thích nào đó. ・小さいころは、いろいろなもの**に興味を**持っていた。 When I was small, I was interested in various things. 小时候对于很多事物都很有兴趣。 Khi còn nhỏ tôi đã từng có nhiều sở thích.
⑤ ☐	興味がわく	・大学で講義を受けて、だんだん経済**に興味が**わいてきた。 I had a lecture in it at university and I gradually became interested in economics." 在大学里上了课之后，我渐渐的对经济产生了兴趣。 Học ở trường đại học tôi dần dần có hứng thú với kinh tế.
⑥ ☐	興味を感じる	・小説を読んで、その作者**に興味を**感じた。 Reading the novel made me interested in the author. 看小说，我对作者产生了兴趣。 Đọc tiểu thuyết thì tôi cảm thấy thích tác giả đó.
⑦ ☐	強い興味	・私は、日本の歴史**に強い興味を**持っている。 I have a strong interest in Japanese history. 我对日本的历史很感兴趣。 Tôi thì đặc biệt quan tâm đến lịch sử Nhật Bản.

1「～を演奏する」という形にできる言葉を全部選んで○をつけなさい。

> ピアノ　　ホテル　　バイオリン　　ギター　　試合　　音楽

2 ▢からあてはまる言葉を全部選んで［　］に入れなさい。

> ピアノ　　フルート　　ギター　　　ドラム　　バイオリン

① ［　　　　　　　　　　　］を弾く

② ［　　　　　　　　　　　］を吹く

③ ［　　　　　　　　　　　］をたたく

3 一緒に使う言葉を［　］から全部選んで○をつけなさい。

① 試合に　［する　　負ける　　出る　　持つ　　かかる］

② ホテルを［チェックインする　チェックアウトする　予約する　出す　なる］

③ 趣味が　［ある　　わく　　持つ　　できる　　多い］

④ 音楽を　［する　　流す　　打つ　　弾く　　吹く］

⑤ 興味が　［なる　　出る　　とる　　持つ　　わく］

4 ＿＿の言葉が正しければ○を、間違っていれば直して、（　）に入れなさい。

① 隣の家では、いつも外国の音楽をかかって（→　　　　　　　　）いる。

② 先生は、私を試合に出て（→　　　　　　　）くれなかった。

③ 私は今、駅の近くのホテルに泊めて（→　　　　　　）います。

④ 娘は、英語の勉強に全然興味がない（→　　　　　　）ようだ。

⑤ コンサートのチケットは、すぐに売って（→　　　　　　　）しまって、

とれなかった（→　　　　　　）。

5 { } の中の正しい方を選んで○をつけなさい。

① テレビで相撲の { 強い　激しい } 試合を見た。

② 何か楽器が { できる　演奏する } ようになりたい。

③ 夏休みの旅行のホテルを { 押さえた　押した }。

④ 私は、日本のアニメに興味を { 持って　出して } いる。

⑤ 友だちは旅行に { 出て　出して } いて、今、留守だそうだ。

6 ____から言葉を選び、適当な形にして [ ] の中に入れなさい。1つの言葉は1回しか選べません。

ある　　ひく　　かける　　できる　　ながれる　　つよい

　私がよく行く喫茶店では、いつもすてきな音楽が [① 　　　　　　] ている。お願いすれば、自分の好きな音楽を [② 　　　　　　] てくれる。店にはピアノがあって、店の人は「[③ 　　　　　　] てもいいですよ。」と言ってくれるが、私はピアノが [④ 　　　　　] ないので、とても残念だ。音楽には [⑤ 　　　　　　] 興味が [⑥ 　　　　　] から、いつか何か習いたいと思っている。

7 ( ) に何を入れますか。1～4から一番いいものを1つ選びなさい。

① 旅行するために、ホテルを ( )。

1 出した　　2 持った　　3 とった　　4 待った

② 試合に ( ) ので、毎日練習をしている。

1 変えたい　　2 勝ちたい　　3 出席したい　　4 紹介したい

③ 私は、中国の文学に興味を ( ) いる。

1 して　　2 思って　　3 感じて　　4 出して

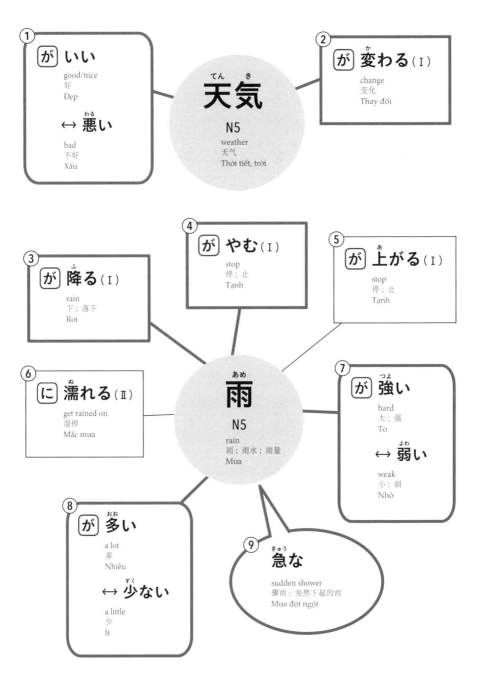

① が いい
わ
good/nice
好
Đẹp

↔ 悪い
わる
bad
不好
Xấu

天気
てん き
N5
weather
天气
Thời tiết, trời

② が 変わる（Ｉ）
か
change
変化
Thay đổi

④ が やむ（Ｉ）
stop
停；止
Tạnh

⑤ が 上がる（Ｉ）
あ
stop
停；止
Tạnh

③ が 降る（Ｉ）
ふ
rain
下；落下
Rơi

⑥ に 濡れる（Ⅱ）
ぬ
get rained on
湿掉
Mắc mưa

雨
あめ
N5
rain
雨；雨水；雨量
Mưa

⑦ が 強い
つよ
hard
大；強
To

↔ 弱い
よわ
weak
小；弱
Nhỏ

⑧ が 多い
おお
a lot
多
Nhiều

↔ 少ない
すく
a little
少
Ít

⑨ 急な
きゅう
sudden shower
骤雨；突然下起的雨
Mưa đột ngột

🔊 **B-20**

① ☐	天気がいい ↔ 悪い	・今日は、**天気が**よくて気持ちがいい。 The weather is nice and I feel good today. 今天天气很好，很舒服。 Hôm nay trời đẹp nên cảm thấy dễ chịu. ・**天気が**悪いから、今日はどこにも出かけたくない。 It is bad weather, so I don't wan to go out anywhere today. 今天天气不好，哪儿都不想去。 Hôm nay thời tiết xấu nên không muốn đi đâu cả. ○ いい天気　× 悪い天気
② ☐	天気が変わる	・山は**天気が**変わりやすいから、注意がいる。 The weather is prone to change in the mountains, so you need to be cautious." 山里的天气很多变，要多加小心。 Ở vùng núi thời tiết dễ thay đổi nên cần chú ý.
③ ☐	雨が降る	・昨日の朝から、ずっと**雨が**降っている。 It's been raining since yesterday morning. 从昨天早上开始就一直下着雨。 Mưa rơi suốt kể từ sáng ngày hôm qua.
④ ☐	雨がやむ	・**雨が**やんでいる間に、買い物に出かけよう。 It's stopped raining; let's go shopping while it lasts. 趁雨停了，出门买东西去吧。 Tôi tranh thủ đi đi mua đồ khi trời đang tạnh mưa.
⑤ ☐	雨が上がる	・**雨が**上がって、だんだん空が明るくなってきた。 It stopped raining and the sky has gradually become brighter. 雨停了，天色渐渐亮了起来。 Mưa tạnh, bầu trời dần dần sáng lên.
⑥ ☐	雨に濡れる	・ひどく**雨に**濡れて、かぜをひいてしまった。 I really got rained on, so I caught a cold. 我被雨淋得湿透了，不小心感冒了。 Do mắc mưa nên tôi bị cảm.
⑦ ☐	雨が強い ↔ 弱い	・台風のせいで、**雨が**強くなってきた。 It started raining harder due to the typhoon. 因为台风的缘故，雨越来越大了。 Vì bão nên mưa to lên. ・**雨が**弱くなってきたから、もうすぐやむかもしれない。 The rain is getting weaker, so it may stop soon. 雨小下来了，可能马上就快停了。 Mưa nhỏ dần nên có lẽ sắp tạnh.
⑧ ☐	雨が多い ↔ 少ない	・**雨が**多すぎると、農業に影響がある。 When it rains too much, it affects farming. 雨水过多，对农业生产造成了影响。 Mưa nhiều quá gây ảnh hưởng đến nông nghiệp. ・去年の梅雨は、**雨が**少なかった。 There wasn't much rain during the rainy season last year. 去年的梅雨时节，雨量偏少。 Mùa mưa năm ngoái mưa it.
⑨ ☐	急な雨	・いつも傘を持っているので、**急な**雨でも大丈夫だ。 I carry my umbrella with me all the time, so I'll be fine if there is a sudden shower. 我身边一直带着伞，所以即便突然下雨也没关系。 Vì lúc nào tôi cũng mang theo dù nên dù mưa đột ngột cũng không sao.

9 スケジュール

10 人・交際

11 趣味・スポーツ

12 天気

13 自然・災害

14 体

15 病気・健康

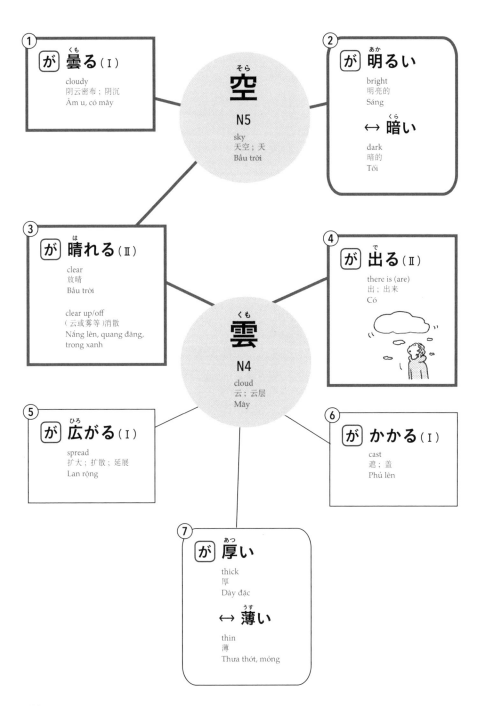

1 が 曇る（I）
<ruby>曇<rt>くも</rt></ruby>

cloudy
阴云密布；阴沉
Âm u, có mây

空
<ruby>空<rt>そら</rt></ruby>

N5

sky
天空；天
Bầu trời

2 が 明るい
<ruby>明<rt>あか</rt></ruby>

bright
明亮的
Sáng

↔ 暗い
<ruby>暗<rt>くら</rt></ruby>

dark
暗的
Tối

3 が 晴れる（II）
<ruby>晴<rt>は</rt></ruby>

clear
放晴
Bầu trời

clear up/off
（云或雾等）消散
Nắng lên, quang đãng,
trong xanh

4 が 出る（II）
<ruby>出<rt>で</rt></ruby>

there is (are)
出；出来
Có

雲
<ruby>雲<rt>くも</rt></ruby>

N4

cloud
云；云层
Mây

5 が 広がる（I）
<ruby>広<rt>ひろ</rt></ruby>

spread
扩大；扩散；延展
Lan rộng

6 が かかる（I）

cast
遮；盖
Phủ lên

7 が 厚い
<ruby>厚<rt>あつ</rt></ruby>

thick
厚
Dày đặc

↔ 薄い
<ruby>薄<rt>うす</rt></ruby>

thin
薄
Thưa thớt, mỏng

🔊))) **B-21**

① ☐	空が曇る そら くも	・空が曇っているから、洗濯物があまり乾かないかもしれない。 The sky is cloudy, so the laundry may not dry very well. 天一直阴着，洗的衣物可能干不了。 Vì trời âm u nên đồ giặt không khô lắm.
② ☐	空が明るい そら あか ↔ 暗い くら	・朝が近づいて、空が明るくなってきた。 あさ ちか そら あか As dawn approaches, the sky is getting brighter. 越到早晨，天色就越亮。 Gần sáng nên bầu trời trở nên sáng dần. ・急に空が暗くなって、雷が鳴り始めた。 きゅう そら くら かみなり な はじ Suddenly the sky became dark and thunder started rolling. 天突然暗了下来，开始打雷了。 Tự nhiên trời tối sụp, bắt đầu có sấm chớp.
③ ☐	[空] [雲] が晴れる そら くも は	・雲がなくなって、空が晴れてきた。 くも そら は The clouds are dissipating and the sky is clearing up. 云散了，天空开始放晴了。 Mây rút đi, bầu trời trở nên quang đãng ・雲が晴れて、太陽が見え始めた。 くも は たいよう み はじ The sun started to come out as the clouds cleared off. 云层消散了，太阳渐渐出来了。 Mây rút đi, bắt đầu thấy rõ mặt trời. × 天気が晴れる てんき は
④ ☐	雲が出る くも で	・晴れているが、雲が出ているから、あまり暑くない。 は くも で あつ Although the sky is fine, there are a few clouds, so it is not that hot. 虽然是晴天，但是云也出来了，所以不是很热。 Trời nắng nhưng có mây nên không nóng lắm.
⑤ ☐	雲が広がる くも ひろ	・晴れていたのに、北の方からだんだん雲が広がってきた。 は きた ほう くも ひろ It was clear, but the clouds are gradually spreading across the sky from the north. 明明是晴天，却有云渐渐地从北方扩散过来。 Trời nắng nhưng ở phía Bắc mây đang lan rộng dần.
⑥ ☐	雲がかかる くも	・月に雲がかかって、半分しか見えない。 つき くも はんぶん み The clouds are hiding the moon, so we can only see half of it. 月亮被云遮挡着，只能看见一半。 Mây phủ lên mặt trăng nên chỉ nhìn thấy được một nửa.
⑦ ☐	雲が厚い くも あつ ↔ 薄い うす	・今日は雲が厚くて、空が暗い。 きょう くも あつ そら くら The clouds are thick so the sky is dark today. 今天云层很厚，天空很暗。 Hôm nay mây dày đặc nên trời rất tối. ・雲が薄くなって、しばらくすると消えてしまった。 くも うす き The clouds thinned out and then disappeared after a while. 云层变薄了，过了一会就消散了。 Mây thưa dần và một lúc sau biến mất.

9 スケジュール

10 人・交際

11 趣味・スポーツ

12 天気

13 自然・災害

14 体

15 病気・健康

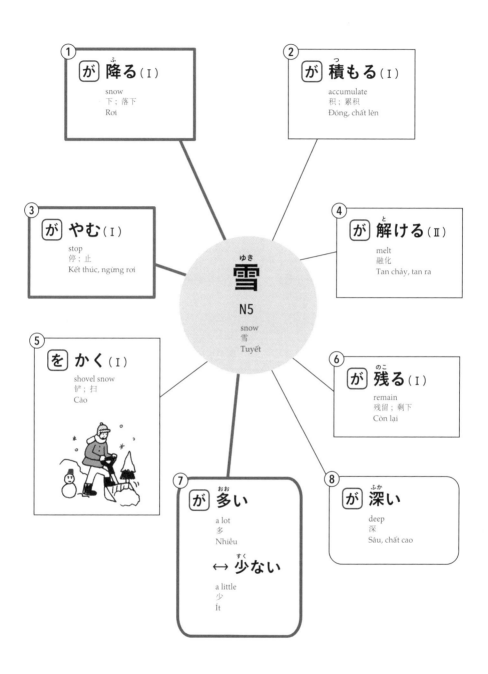

1 が 降る（Ⅰ）
snow
下；落下
Rơi

2 が 積もる（Ⅰ）
accumulate
积；累积
Đóng, chất lên

3 が やむ（Ⅰ）
stop
停；止
Kết thúc, ngừng rơi

4 が 解ける（Ⅱ）
melt
融化
Tan chảy, tan ra

ゆき
雪
N5
snow
雪
Tuyết

5 を かく（Ⅰ）
shovel snow
铲；扫
Cào

6 が 残る（Ⅰ）
remain
残留；剩下
Còn lại

7 が 多い
a lot
多
Nhiều

↔ 少ない
a little
少
Ít

8 が 深い
deep
深
Sâu, chất cao

🔊))) B-22

① ☐	ゆき ふ 雪が降る	・12月に入ってから、毎日雪が降っている。 It's been snowing every day since the start of December. 进入12月以来，每天都在下雪。 Vào tháng 12 thì mỗi ngày tuyết đều rơi.
② ☐	ゆき つ 雪が積もる	・昨日だけで、1 m も雪が積もった。 Snow accumulated as high as 1 meter just since yesterday. 昨天一天，雪就积了1米深。 Chỉ ngày hôm qua thôi mà tuyết chất dày lên 1 mét.
③ ☐	ゆき 雪がやむ	・1週間ずっと降っていた雪が、やっとやんだ。 It's been snowing for a week straight, but it finally stopped. 连续下了1周的雪，终于停了。 Cuối cùng thì đợt tuyết rơi kéo dài 1 tuần lễ cũng ngừng rơi.
④ ☐	ゆき と 雪が解ける	・春になって、少しずつ雪が解け始めた。 Spring came, and snow started to melt little by little. 春天到了，积雪渐渐开始融化了。 Vào mùa xuân thì tuyết bắt đầu tan ra. ※ It may be written with a different kanji as "溶ける." / 有时亦写作汉字"溶ける"。 / Cũng có trường hợp Hán tự được viết là「溶ける」
⑤ ☐	ゆき 雪をかく	・家の前に積もっている雪をかいて、通れるようにした。 I shoveled the snow accumulated in front of the house so people could pass. 我把家门前的积雪铲了之后，终于可以通行了。 Tôi đã cào tuyết đóng trước nhà để cho đi lại được. ※ It is also "雪かきをする." / 另一种说法是 "雪かきをする"。 / Cũng có cách nói「雪かきをする」
⑥ ☐	ゆき のこ 雪が残る	・富士山の山の上は、夏になってもまだ雪が残っていることがある。 Sometimes snow remains on the top of Mt. Fuji even when summer comes. 富士山上，有的地方即使到了夏天也残留着雪。 Dù vào mùa hè nhưng trên đỉnh núi Phú Sĩ vẫn còn có tuyết.
⑦ ☐	ゆき おお 雪が多い ↔ 少ない	・日本の北の地方は、冬に雪が多い。 It snows a lot during the winter in the northern region of Japan. 日本的北方地区，冬天经常下雪。 Vùng phía Bắc Nhật Bản vào mùa đông tuyết rơi nhiều. ・今年の冬は雪が少なくて、スキー場も困っているそうだ。 It only snowed a little this winter so the ski areas are having a difficult time. 今年冬天雪很少，滑雪场的经营者似乎很头疼。 Mùa đông năm nay tuyết rơi ít nên nhiều khu trượt tuyết gặp khó khăn.
⑧ ☐	ゆき ふか 雪が深い	・私の住んでいる所は、冬は雪が深くて、外を歩きにくい。 Where I live, it is hard to walk outside because of the deep snow. 我住的地方冬天雪很深，室外很难走。 Khu vực tôi ở, mùa đông tuyết chất cao nên khó đi bộ bên ngoài.

9 スケジュール

10 人・交際

11 趣味・スポーツ

12 天気

13 自然・災害

14 体

15 病気・健康

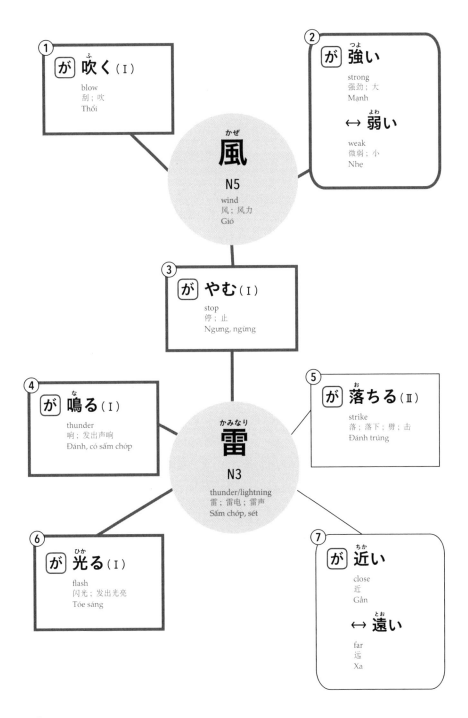

① が 吹く (Ⅰ)

blow
刮；吹
Thổi

② が 強い

strong
强劲；大
Mạnh

↔ 弱い

weak
微弱；小
Nhẹ

風 (かぜ)
N5

wind
风；风力
Gió

③ が やむ (Ⅰ)

stop
停；止
Ngưng, ngừng

④ が 鳴る (Ⅰ)

thunder
响；发出声响
Đánh, có sấm chớp

⑤ が 落ちる (Ⅱ)

strike
落；落下；劈；击
Đánh trúng

雷 (かみなり)
N3

thunder/lightning
雷；雷电；雷声
Sấm chớp, sét

⑥ が 光る (Ⅰ)

flash
闪光；发出光亮
Tóe sáng

⑦ が 近い

close
近
Gần

↔ 遠い

far
远
Xa

162

🔊))) B-23

① ☐	風が吹く かぜ ふ	・山の上は、風が吹いていて涼しかった。 It was cool with the wind blowing on top of the mountain. 山上刮着风，很凉爽。 Trên núi có gió thổi nên mát mẻ
② ☐	風が強い かぜ つよ ↔ 弱い よわ	・今日は風が強くて、歩きにくい。 The wind is strong today, so it is hard to walk. 今天风很大，不好走。 Hôm nay gió mạnh nên khó đi lại. ・今回の台風は風が弱いが、雨が多い。 The wind is weak but there's a lot of rain with this typhoon. 这次的台风风力较弱，但是雨水很多。 Bão lần này gió thì nhẹ nhưng mưa thì nhiều.
③ ☐	[風][雷]がやむ かぜ かみなり	・朝からずっと強い風が吹いていたが、夜になってやっと風がやんだ。 A strong wind was blowing since this morning, but it finally stopped as night fell." 从早上开始就一直刮着大风，到了晚上风停了。 Từ sáng đến giờ gió thổi mạnh nhưng đến tối thì gió ngừng thổi. ・雷がやんで、外が静かになった。 The thunder stopped and it became quiet outside. 雷声停了，外面变得很安静。 Bên ngoài sấm chớp ngưng nên trở nên yên lặng.
④ ☐	雷が鳴る かみなり な	・うちの犬は、雷が鳴ると、とても怖がる。 My dog is terrified when it thunders. 我家的狗，一打雷就怕得不得了。 Chó nhà tôi khi có sấm chớp thì có vẻ rất sợ hãi.
⑤ ☐	雷が落ちる かみなり お	・高い木には、雷が落ちることがある。 Lightning sometimes strikes a tall tree. 高大的树木，有时会被雷击中。 Có khi sét đánh trúng cây cao.
⑥ ☐	雷が光る かみなり ひか	・「雷が光ったら、すぐ安全な所へ逃げてください。」 "When you see a flash of lightning, please evacuate to a safe place." "如果雷电闪了的话，请马上逃到安全的地方去。" 「Khi có sấm chớp tóe sáng thì phải ẩn náu đến những nơi an toàn.」
⑦ ☐	雷が近い かみなり ちか ↔ 遠い とお	・雷が近いときは、建物の中にいた方がいい。 When the lightning is close, it is better to stay inside a building. 雷很近的时候，还是躲在建筑物里比较好。 Khi sấm sét gần thì nên ở trong nhà. ・雷が遠くなったから、このあたりにはもう落ちることはないだろう。 Now that the lightning is far away, it won't strike any more around here. 雷声已经远去了，应该不会劈到这一片了吧。 Sấm sét ở đằng xa nên chắc không đánh trúng khu vực này đâu.

9 スケジュール

10 人・交際

11 趣味・スポーツ

12 天気

13 自然・災害

14 体

15 病気・健康

12 天気　確認問題

1 （　）に反対の意味の言葉を入れなさい。

① 空が明るい　↔　空が　（　　　　　　　　）

② 雨が弱い　↔　雨が　（　　　　　　　　）

③ 雲が厚い　↔　雲が　（　　　　　　　　）

④ 雷が遠い　↔　雷が　（　　　　　　　　）

2 「〜がやむ」という形にできる言葉を全部選んで○をつけなさい。

空	雨	風	雪	雲	雷

3 一緒に使う言葉を［　］から全部選んで○をつけなさい。

① 雷が［降る　光る　変わる　出る　鳴る　］。

② 空が［出る　晴れる　かかる　積もる　曇る　］。

③ 雪を［落ちる　上がる　降る　かく　解ける］。

④ 雲が［かかる　変わる　晴れる　吹く　曇る　］。

4 ＿＿＿の言葉が正しければ○を、間違っていれば直して、（　）に入れなさい。

① 空に雲が広げて（→　　　　　　　　）いる。

② 公園の大きな木に雷が落として（→　　　　　　　　）、怖かった。

③ 外出していたら、急な（→　　　　　　　　）雨で困ってしまった。

④ 道に雪がたくさん積んで（→　　　　　　　　）いて、歩けない。

5 {　} の中の正しい方を選んで○をつけなさい。

① 雨に { 濡れて　　かけて }、かぜをひいてしまった。

② 天気が { 悪い　　激しい } ので、今日は出かけるのはやめよう。

164

③ 台風が近づいているが、まだ風が { 小さい　　弱い }。

④ 私の故郷は、雪が { 高い　　深い } 所だ。

6 ◻◻◻の言葉を1つ使って文を作りなさい。

多い　　少ない　　残る　　かかる

① 2週間前の雪が、庭にまだ＿＿＿＿＿＿ている。

② 雨が＿＿＿＿＿＿て、山の木が枯れてしまった。

③ 今年は雪が＿＿＿＿＿＿て、スキーが楽しめそうだ。

④ 雲が＿＿＿＿＿＿て、空が暗くなってきた。

7 ◻◻◻から言葉を選び、適当な形にして [ ] の中に入れなさい。1つの言葉は1回しか選べません。

つよい　　いい　　やむ　　ふる　　かわる　　でる

先週クラスメートと山に登った。朝は [①　　　　　　] 天気だったのに、昼になったら急に雲が [②　　　　　] てきて、雨が [③　　　　　　] 始めた。雨が [④　　　　　] なってきたので、私たちは急いで山を下りたが、山の下では、もう雨は [⑤　　　　　] でいた。山の天気は [⑥　　　　　] やすいと思った。

8 ( ) に何を入れますか。1〜4から一番いいものを1つ選びなさい。

① 暖かくなって、庭の雪が全部 ( ) しまった。

　　1 晴れて　　　2 解けて　　　3 濡れて　　　　4 やんで

② 外は、強い風が ( ) いる。

　　1 吹いて　　　2 降って　　　3 引いて　　　　4 かかって

③ 雨が ( ) から、出かけよう。

　　1 下りた　　　2 止まった　　3 下がった　　　4 上がった

9 スケジュール

10 人・交際

11 趣味・スポーツ

12 天気

13 自然・災害

14 体

15 病気・健康

13 自然・災害

しぜん・さいがい

Nature・Disaster　自然・灾害　Tự nhiên・Thảm họa

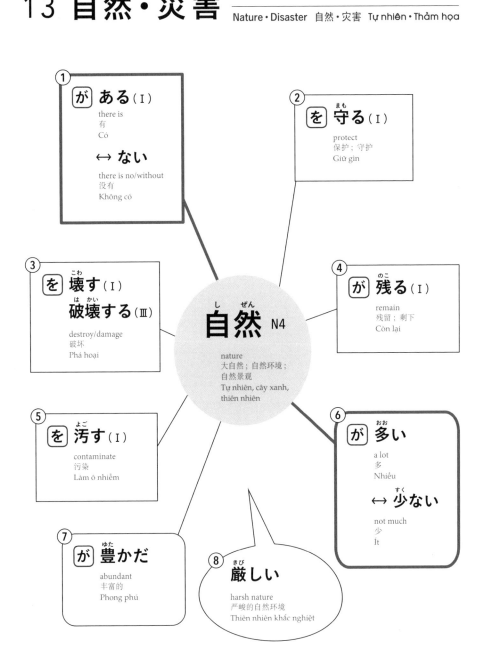

① **が** **ある**(Ⅰ)
there is
有
Có

↔ ない
there is no/without
没有
Không có

② **を** **守る**(Ⅰ)
まも
protect
保护；守护
Giữ gìn

③ **を** **壊す**(Ⅰ)
こわ
破壊する(Ⅲ)
はかい
destroy/damage
破坏
Phá hoại

自然 N4
しぜん
nature
大自然；自然环境；
自然景观
Tự nhiên, cây xanh,
thiên nhiên

④ **が** **残る**(Ⅰ)
のこ
remain
残留；剩下
Còn lại

⑤ **を** **汚す**(Ⅰ)
よご
contaminate
污染
Làm ô nhiễm

⑥ **が** **多い**
おお
a lot
多
Nhiều

↔ 少ない
すく
not much
少
Ít

⑦ **が** **豊かだ**
ゆた
abundant
丰富的
Phong phú

⑧ **厳しい**
きび
harsh nature
严峻的自然环境
Thiên nhiên khắc nghiệt

166

🔊 **B-24**

① ☐	自然がある ↔ ない	・私の故郷には、たくさんの自然がある。 There is a lot of nature in my home country. 我的故乡有很多自然景观。 Quê tôi có nhiều cây xanh. ・自然がないと、人間は生きていけない。 Without nature, people can't go on living. 如果没有大自然，人类就无法生存下去。 Con người không thể tồn tại nếu như không có tự nhiên.
② ☐	自然を守る	・未来のために、大切な自然を守りたい。 I'd like to protect nature, which is important for the future. 为了未来，我想保护重要的大自然。 Vì tương lai, chúng ta phải bảo vệ những nguồn thiên nhiên quan trọng.
③ ☐	自然を{壊す／ 破壊する}	・最近は、なるべく自然を{壊さ／破壊し}ないで街を作る ようになってきた。 Recently, we have been making cities while destroying as little nature as possible." 近来，在做城市建设的时候都尽量不破坏自然环境。 Gần đây người ta cố gắng xây dựng thành phố mà không phá hoại tự nhiên.
④ ☐	自然が残る	・都会の周りには、まだたくさん自然が残っている所がある。 There are many places where nature remains around urban areas. 在都市的周边地区，还有好多地方保留着自然景观。 Xung quanh thành phố vẫn còn nhiều nơi có nhiều cây xanh.
⑤ ☐	自然を汚す	・キャンプをするときは、自然を汚さないように気をつけ ている。 When we go camping, we are careful not to contaminate nature. 在露营的时候，我都会留心不去污染自然环境。 Khi đi cắm trại, chú ý không làm ô nhiễm môi trường thiên nhiên.
⑥ ☐	自然が多い ↔ 少ない	・自然が多い所で子どもを育てたい。 I'd like to raise my child where there is a lot of nature. 我想在自然景观较多的地方抚养孩子。 Tôi muốn nuôi con ở những nơi có nhiều tự nhiên. ・都会は、自然が少ない。 There is not much nature in the city. 在城市里，自然景观很少。 Thành phố lớn thì có ít nguồn tự nhiên.
⑦ ☐	自然が豊かだ	・都会を離れて、自然が豊かな所で暮らしたい。 I want to leave the city and live in a place where nature is abundant. 我想远离城市，去自然环境丰富的地方生活。 Tôi muốn rời thành phố và sống ở nơi có thiên nhiên phong phú. ※ "豊かな自然" is often used as well. / 也多用作"豊かな自然"。 / Cũng có cách nói「豊かな自然」. ex)ここは、豊かな自然とおいしい食べ物が旅行者に人気だ。
⑧ ☐	厳しい自然	・冬山では、厳しい自然の中で動物が生きている。 In the winter mountains, animals survive in the harsh nature. 冬天的山里，动物们在严峻的自然环境下生活。 Ở vùng núi mùa đông, động vật phải sống trong một môi trường thiên nhiên khắc nghiệt.

9 スケジュール

10 人・交際

11 趣味・スポーツ

12 天気

13 自然・災害

14 体

15 病気・健康

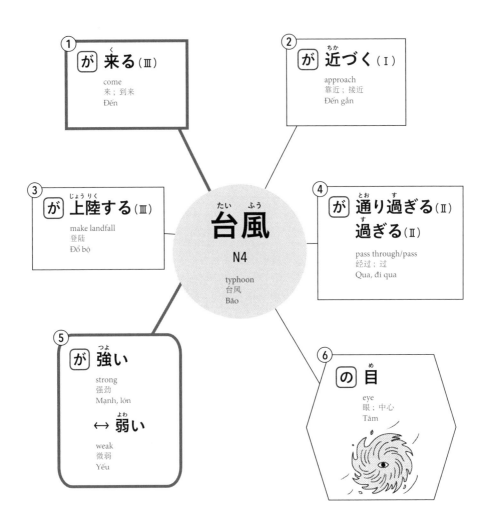

①

が 来る（Ⅲ）
き

come
来；到来
Đến

②

が 近づく（Ⅰ）
ちか

approach
靠近；接近
Đến gần

③

が 上陸する（Ⅲ）
じょう りく

make landfall
登陆
Đổ bộ

④

が 通り過ぎる（Ⅱ）
とお　す
過ぎる（Ⅱ）
す

pass through/pass
经过；过
Qua, đi qua

台風
たい　ふう

N4

typhoon
台风
Bão

⑤

が 強い
つよ

strong
强劲
Mạnh, lớn

↔ 弱い
よわ

weak
微弱
Yếu

⑥

の 目
め

eye
眼；中心
Tâm

🔊))) B-25

① ☐	たいふう 台風が来る	・来週、強い台風が日本へ来るそうだ。 I heard that a strong typhoon is coming to Japan next week. 下周似乎会有强台风来日本。 Tuần sau nghe nói có bão lớn đến Nhật Bản.
② ☐	たいふう ちか 台風が近づく	・台風が近づいて、だんだん風が強くなってきた。 As the typhoon is approaching, the wind is becoming stronger and stronger." 台风接近了，风渐渐变得越来越大。 Bão đến càng gần thì gió càng ngày càng mạnh lên. ※ When referring where a typhoon is approaching, "〜に" is used. / 在表述台风靠近的地方时，用"〜に"来表示。 / Dùng「〜に」khi muốn nói về vị trí bão đến gần. ex) たいふう にほん ちか 台風が日本に近づいている。
③ ☐	たいふう じょうりく 台風が上陸する	・沖縄に大きな台風が上陸した。 A large typhoon made landfall in Okinawa. 有强台风在冲绳登陆了。 Có cơn bão lớn đổ bộ vào Okinawa.
④ ☐	たいふう とお す 台風が{通り過ぎる す ／過ぎる}	・台風が通り過ぎた後は、暑くなることが多い。 After a typhoon passes through, it often gets hot. 台风经过后，大多会升温。 Sau khi bão đi qua thì thường trời sẽ nắng nóng. ・危ないので、台風が過ぎるまでは、家の中にいた方がいい。 It's better to stay inside the house until a typhoon passes, as it is dangerous. 很危险，在台风过去之前，还是呆在家里好。 Vì rất nguy hiểm nên hãy ở trong nhà cho đến khi bão đi qua. ※ In the written language, it may be expressed as "台風が去る." / 其书面表达为"台风が去る"。 / Trong văn viết thì thường dùng cách viết「台風が去る」.
⑤ ☐	たいふう つよ 台風が強い よわ ↔ 弱い	・台風が強くて、道路の木がたくさん倒れた。 It was a strong typhoon, so many trees on the streets were blown down. 台风很强劲，路边很多树都被吹倒了。 Bão lớn nên nhiều cây trên đường đổ. ・台風が弱くなっても、風はまだ吹いている。 The wind is still blowing even though the typhoon has weakened. 虽然台风减弱了，但还是刮着风。 Bão dù yếu dần nhưng gió vẫn thổi.
⑥ ☐	たいふう め 台風の目	・台風の目に入ると、風がやむそうだ。 They say that the wind stops blowing in the eye of the typhoon. 进入台风眼后，似乎风会停。 Nghe nói khi vào tâm bão thì gió sẽ dừng.

9 スケジュール

10 人・交際

11 趣味・スポーツ

12 天気

13 自然・災害

14 体

15 病気・健康

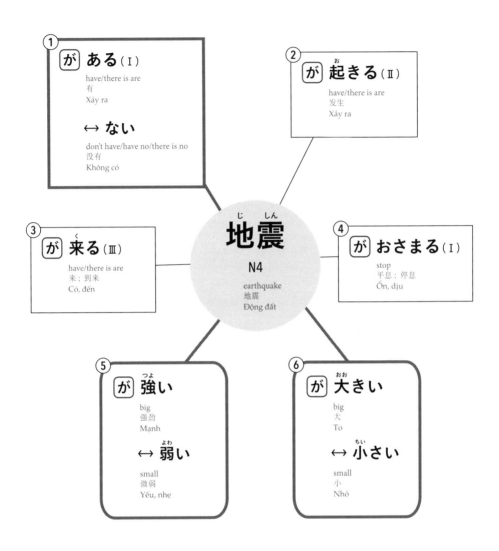

① が ある (Ⅰ)

have/there is are
有
Xảy ra

↔ ない

don't have/have no/there is no
没有
Không có

② が 起 (お) きる (Ⅱ)

have/there is are
发生
Xảy ra

③ が 来 (く) る (Ⅲ)

have/there is are
来；到来
Có, đến

地震 (じ しん)

N4

earthquake
地震
Động đất

④ が おさまる (Ⅰ)

stop
平息；停息
Ổn, dịu

⑤ が 強 (つよ) い

big
强劲
Mạnh

↔ 弱 (よわ) い

small
微弱
Yếu, nhẹ

⑥ が 大 (おお) きい

big
大
To

↔ 小 (ちい) さい

small
小
Nhỏ

🔊》) B-26

① 地震がある ↔ ない	・昨日寝ているとき、**地震が**あって目が覚めた。 There was an earthquake when I was sleeping, so it woke me up. 昨天睡觉的时候，因为地震，醒了。 Hôm qua khi đang ngủ thì xảy ra động đất làm tôi thức giấc. ・私の国には**地震が**ないので、日本で地震にあって怖かった。 There are no earthquakes in my country, so I was scared when there was one in Japan." 我们国家没有地震，在日本碰到地震的时候很害怕。 Ở nước tôi không có động đất nên ở Nhật khi gặp động đất tôi rất sợ.
② 地震が起きる	・日本は、今まで何度も大きな**地震が**起きている。 We have had large earthquakes many times in Japan. 日本至今已经发生了好几次大地震了。 Ở Nhật Bản thì từ trước đến giờ nhiều lần xảy ra động đất lớn. ※ " 起きる " is also used for other various disasters. / "起きる"也可用于表示其他的 自然灾害的发生。 / 「起きる」cũng được dùng cho những thiên tai khác.
③ 地震が来る	・最近のビルは、**地震が**来ても倒れないように作られている。 Recent buildings are built so that they won't fall even when there is an earthquake." 现在的高楼，都造得就算地震来了也不会倒。 Những tòa nhà gần đây được xây dựng để khi có động đất cũng không bị sập.
④ 地震がおさまる	・**地震が**おさまってから、部屋を出て、外の様子を見た。 After the earthquake stopped, I left my room and looked outside. 地震停了以后，我走出屋子，看了看外面的情况。 Khi động đất đã ổn thì tôi ra khỏi phòng để xem tình hình bên ngoài.
⑤ 地震が強い ↔ 弱い	・**地震が**強くて、立ち上がることができなかった。 The earthquake was big, so I couldn't stand up. 地震太强了，站都站不起来。 Động đất mạnh đến độ không thể đứng lên được. ・**地震が**弱かったので、気がつかなかった。 The earthquake was small, so I didn't notice. 地震太弱了，都没注意到。 Vì là động đất nhẹ nên tôi không để ý thấy.
⑥ 地震が大きい ↔ 小さい	・**地震が**大きくて、電車も地下鉄も全部止まってしまった。 It was a big earthquake, so everything, including the train and subway, stopped." 地震强度过大，电车和地铁全都停止运行了。 Động đất lớn nên tàu điện và tàu điện ngầm đều dừng lại. ・動物は、**地震が**小さくても、とても怖がる。 Animals are scared of even small earthquakes. 就算是小地震，动物们也会很害怕。 Động vật thì rất sợ hãi cho dù chỉ là động đất nhỏ.

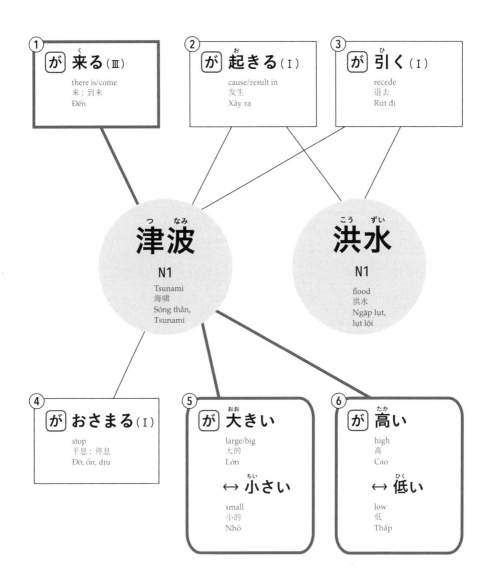

① が 来る（Ⅲ）
there is/come
来；到来
Đến

② が 起きる（Ⅰ）
cause/result in
发生
Xảy ra

③ が 引く（Ⅰ）
recede
退去
Rút đi

津波
N1
Tsunami
海啸
Sóng thần,
Tsunami

洪水
N1
flood
洪水
Ngập lụt,
lụt lội

④ が おさまる（Ⅰ）
stop
平息；停息
Đỡ, ổn, dịu

⑤ が 大きい
large/big
大的
Lớn

↔ 小さい
small
小的
Nhỏ

⑥ が 高い
high
高
Cao

↔ 低い
low
低
Thấp

🔊))) B-27

① ☐	津波が来る	・地震の後、津波が来ると聞いたので、高い所へ逃げた。 After the earthquake, I heard that there was going to be a tsunami, so I evacuated to high ground. 我听说地震过后会有海啸袭来，所以赶紧往高处跑了。 Tôi nghe thông báo sau động đất sẽ có sóng thần nên chạy trốn lên chỗ cao.
② ☐	[津波][洪水] が起きる	・地震で津波が起きた。 A tsunami was caused by the earthquake. 地震引起了海啸。 Động đất gây ra sóng thần. ・強い雨が何日も続いて、洪水が起きた。 It rained hard for so many days it resulted in a flood. 连续几天的强降雨，引发了洪水。 Mưa to kéo dài trong nhiều ngày xảy ra lụt lội.
③ ☐	[津波][洪水]が引く	・津波がなかなか引かなかった。 The tsunami didn't recede for a long time. 海啸怎么都不退。 Sóng thần mãi mà không rút. ・洪水が引いたのは、1週間も後だった。 It took a whole week before the flood receded. 等洪水退去，已经是1周之后的事情了。 Ngập lụt sau một tuần mới rút hết.
④ ☐	津波がおさまる	・3時間続いた津波が、やっとおさまった。 The tsunami lasted for three hours, then finally stopped. 持续了3小时的海啸，终于停息了。 Đợt sóng thần kéo dài 3 giờ sau mới dịu xuống.
⑤ ☐	津波が大きい ↔ 小さい	・弱い地震なのに、津波が大きかった。 The tsunami was large, even though the earthquake was small. 明明地震很微弱，海啸却很猛。 Chỉ là động đất nhỏ nhưng sóng thần thì rất lớn. ・津波が小さくても、海の近くに行ってはいけない。 Even if a tsunami is small, you must not go close to the sea. 即使海啸很小，也不能去靠近海的地方。 Dù sóng thần nhỏ nhưng cũng không được đến gần biển.
⑥ ☐	津波が高い ↔ 低い	・この前の地震のときは、津波が高くて、10 m もあった。 The tsunami from the recent earthquake was quite high, as much as 10 meters. 上一次地震的时候，海啸很高，足足有10m。 Lần động đất trước đây, sóng thần rất cao lên đến 10m. ・予報より津波が低くて、2 m と言っていたのが50 cm だった。 The forecast said the tsunami would be 2 meters high, but it was only 50 cm. 海啸来的比预报要低，说是有2m，实际上只有50cm。 Sóng thần thấp hơn là dự báo, dự báo là 2m nhưng thực tế chỉ cao 50cm.

9 スケジュール

10 人・交際

11 趣味・スポーツ

12 天気

13 自然・災害

14 体

15 病気・健康

1 （　）に反対の意味の言葉を入れなさい。
　　① 自然がある　↔ 自然が（　　　　　　　）
　　② 津波が高い　↔ 津波が（　　　　　　　）
　　③ 地震が大きい ↔ 地震が（　　　　　　　）
　　④ 台風が強い　↔ 台風が（　　　　　　　）

2 「～が来る」という形にできる言葉を全部選んで○をつけなさい。

津波	地震	自然	台風	洪水

3 一緒に使う言葉を ［　］ から全部選んで○をつけなさい。
　　① 台風が ［ 来る　　　　ある　　　上陸する　降りる　　　過ぎる ］
　　② 地震が ［ する　　　　行く　　　強い　　　高い　　　　重い ］
　　③ 津波が ［ 起きる　　　引く　　　大きい　　広い　　　　長い ］
　　④ 自然を ［ 守る　　　　壊す　　　破壊する　多い　　　　大きい ］

4 ＿＿の言葉が正しければ○を、間違っていれば直して、（　）に入れなさい。
　　① 村の大切な自然を汚れて（→　　　　　　　　　　）はいけない。
　　② 地震のときは、すぐに逃げないで、地震がおさめる（→　　　　　　　　　）まで
　　　待つといい。
　　③ 街は、台風の耳（→　　　　　　　　　）に入って、風がやんだ。
　　④ たとえ小さい（→　　　　　　　　　）津波でも、海の近くに行ってはいけない。
　　⑤ ひどい雨で洪水が起こした（→　　　　　　　　　）。

5 { } の中の正しい方を選んで○をつけなさい。
　① ビルや工場が増えて、自然が { 少なく　　小さく } なってきた。
　② 私は、どんなに { 弱い　　少ない } 地震でも、すぐに感じる。
　③ 台風が日本に { 近づいて　　寄って } きている。
　④ 田舎には、自然がたくさん { 残って　　守って } いる。
　⑤ 洪水は、3日後に { 消えた　　引いた }。

6 　　から言葉を選び、適当な形にして [ ] の中に入れなさい。1つの言葉は1回しか選べません。

たかい　　つよい　　ない　　ゆたかだ　　おきる　　おさまる

　私の国は自然が [① 　　　　　] 所だが、よく地震が [② 　　　　　]
る。3年前に経験した地震は、それまでで一番 [③ 　　　　] た。地震の後、
津波も来た。大変 [④ 　　　　] 津波で、[⑤ 　　　　] まで何時間
もかかって、とても怖かった。私は自分の国が大好きだが、将来は、地震が
[⑥ 　　　　] 所に住みたいと思っている。

7 ( ) に何を入れますか。1〜4から一番いいものを1つ選びなさい。
　① 人間は、( ) 自然の中でも生きていかなければならない。
　　1 厳しい　　　2 重い　　　3 痛い　　　4 苦しい
　② 台風は、すぐに ( ) しまった。
　　1 走って　　2 通り過ぎて　3 起きて　　4 とまって
　③ 大きい地震があったが、( ) 津波しか来なかった。
　　1 細い　　　2 短い　　　3 低い　　　4 少ない

175

14 体

からだ

Body 身体 Cơ thể, người

① を ふる（Ⅰ）
nod one's head
甩；摇；摆
Gật, Lắc

② を 曲げる（Ⅱ）

ま

turn
使歪斜；扭动；屈伸
Xoay

③ が 曲がる（Ⅰ）

ま

turn
歪；斜；扭
Xoay

頭

あたま

N5

head
头；头部；脑袋
Đầu

首

くび

N4

neck
脖子
Cổ

のど

N4

throat
喉咙；咽喉
Cổ họng, họng

④ が かわく（Ⅰ）
thirsty
渴；干燥
Khô, khát

⑤ が こる（Ⅰ）
have stiff shoulders
僵住；变僵
Cứng, đơ, mỏi

⑥ を たたく（Ⅰ）
a.pat (pat someone to get attention.)
拍打
Vỗ

b. pat to loosen the tension (of the muscle)
敲打；捶
Bóp, gõ

肩

かた

N3

shoulders
肩；肩膀
Vai

⑦ を 組む（Ⅰ）

く

arm in arm
勾；搭
Khoác, choàng

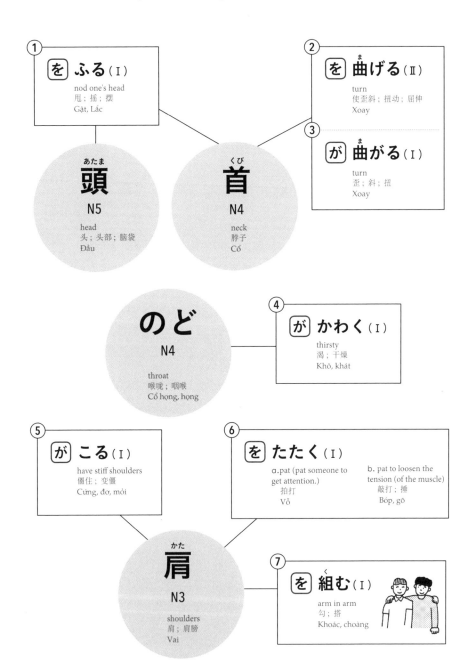

176

① ☐	[頭] [首] をふる	・「お菓子食べる？」と聞くと、子どもは[頭][首]をふった。
		When I asked "Do you want a sweet?," the kids nodded their {heads.}
		我问孩子"吃不吃点心？"孩子摇了摇头。
		Khi tôi hỏi "con ăn bánh không? thì con tôi gật "đầu"
		※ When answering yes, " 〔頭／首〕を縦にふる," when no, " 〔頭／首〕を横にふる." / 表示 Yes 的时候可以说"〔頭／首〕を縦にふる"、表示 No 的时候可以说"〔頭／首〕を横にふる"。 / Khi muốn nói "Yes" thì dùng cách nói 「〔頭／首〕を縦にふる」 còn "No" thì dùng cách nói 「〔頭／首〕を横にふる」。

② ☐	首を曲げる	・首を曲げる体操をした。
		I stretched my neck.
		我做了屈伸脖子的操。
		Tôi tập thể dục động tác xoay cổ.

③ ☐	首が曲がる	・体がかたいので、大きく首が曲がらない。
		I have a stiff body, so I can't turn my head very far.
		我身子很硬，不能大幅地扭脖子。
		Người tôi cứng lại nên cổ không xoay được.

④ ☐	のどがかわく	・のどがかわいて、水をたくさん飲んだ。
		I was thirsty, so I drank a lot of water.
		我嗓子太干了，喝了好多水。
		Vì khát nên tôi uống nhiều nước.
		※ Can also say " のどがからからだ " when one is very thirsty. / 嗓子特别干的时候，也可以说"のどがからからだ"。 / Khi muốn nói rất khát thì có cách nói 「のどがからからだ」

⑤ ☐	肩がこる	・父はすぐ肩がこるので、よく薬を塗っている。
		My father gets stiff shoulders easily, so he often rubs in ointment.
		父亲的肩膀动不动就会僵，经常要涂药。
		Bố tôi thường bị mỏi vai nên thường phải bôi thuốc.

⑥ ☐	肩をたたく	a.後ろから急に肩をたたかれたので、びっくりして後ろを見たら、兄だった。
		Someone suddenly patted my shoulder from behind, so I was surprised and turned around to look: it was my older brother.
		突然有人从后面拍了我的肩，我吓了一跳转身一看，原来是哥哥。
		Tôi tự nhiên bị vỗ vào vai từ phía sau nên giật mình quay lại xem, hóa ra là anh trai tôi.
		b.母が、肩がこったと言うので、肩をたたいてあげた。
		My mother said she had a stiff shoulder, so I patted her shoulder.
		母亲说她肩膀僵了，于是我帮她锤了捶。
		Mẹ tôi nói mỏi vai nên tôi đã bóp vai cho mẹ.

⑦ ☐	肩を組む	・友だちと肩を組んで、一緒に歌を歌った。
		I sang a song together arm in arm with my friend.
		我和朋友搭着肩，一起唱了歌。
		Tôi đã khoác qua vai bạn tôi và cùng nhau hát.

9 スケジュール
10 人・交際
11 趣味・スポーツ
12 天気
13 自然・災害
14 体
15 病気・健康

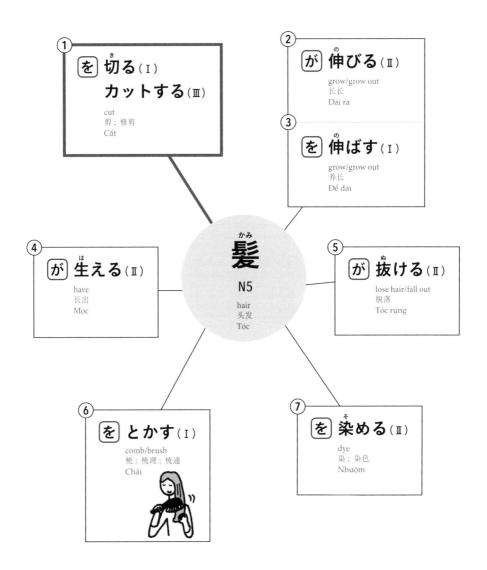

① を 切る（Ⅰ）
カットする（Ⅲ）
cut
剪；修剪
Cắt

② が 伸びる（Ⅱ）
grow/grow out
长长
Dài ra

③ を 伸ばす（Ⅰ）
grow/grow out
养长
Để dài

髪
N5
hair
头发
Tóc

④ が 生える（Ⅱ）
have
长出
Mọc

⑤ が 抜ける（Ⅱ）
lose hair/fall out
脱落
Tóc rụng

⑥ を とかす（Ⅰ）
comb/brush
梳；梳理；梳通
Chải

⑦ を 染める（Ⅱ）
dye
染；染色
Nhuộm

🔊)) B-29

① ☐	髪を{切る／カットする}	・髪が長くなったので、美容院で髪を{切っ／カットし}た。 My hair had gotten long, so I had it {cut} at the beauty salon. 头发长太长了，我就去美容院剪了。 Tóc dài nên tôi đi thẩm mỹ viện để cắt tóc ※ Can also be expressed as " 美容院で髪を{切っ／カットし}てもらう ". ／ 另一种说法是"美容院で髪を{切っ／カットし}てもらう"。 ／ Cũng có cách nói「美容院で髪を{切っ／カットし}てもらう」。 ・自分で上手に髪を{切る／カットする}のは、難しい。 It is difficult to do a good job of {cutting} your own hair. 自己要把头发剪好的话，很难。 Tự mình (cắt) tóc cho đẹp thì rất khó.
② ☐	髪が伸びる	・半年美容院へ行かなかったら、かなり髪が伸びた。 I didn't go to the beauty salon for half a year, so my hair really grew out. 半年没去理发店了，头发长了许多。 Nửa năm rồi không đi thẩm mỹ viện nên tóc khá dài ra.
③ ☐	髪を伸ばす	・結婚式でドレスを着るために、今、髪を伸ばしている。 Right now I'm growing out my hair so I can wear a dress at my wedding. 为了在婚礼上穿婚纱，我现在在养长头发。 Để có thể mặc áo sơ rê trong lễ kết hôn, bây giờ tôi để tóc dài.
④ ☐	髪が生える	・姉の子は生まれたばかりなのに、ずいぶん髪が生えている。 My sister's baby was just born, but it already has lots of hair. 姐姐的孩子才刚出生不久，就已经长出不少头发了。 Con của chị gái mới sinh mà tóc mọc khá nhiều.
⑤ ☐	髪が抜ける	・ストレスが多いと、よく髪が抜けるそうだ。 I heard that hair falls out when a person has a lot of stress. 听说压力过大，容易脱发。 Nghe nói stress nhiều có thể dễ rụng tóc.
⑥ ☐	髪をとかす	・ブラシを使って髪をとかす。 I use a brush to brush my hair. 我用梳子梳头发。 Dùng lược để chải tóc.
⑦ ☐	髪を染める	・友だちは、茶色に髪を染めている。 My friend dyed his hair brown. 我朋友把头发染成了棕色。 Bạn tôi nhuộm tóc màu nâu.

9 スケジュール
10 人・交際
11 趣味・スポーツ
12 天気
13 自然・災害
14 体
15 病気・健康

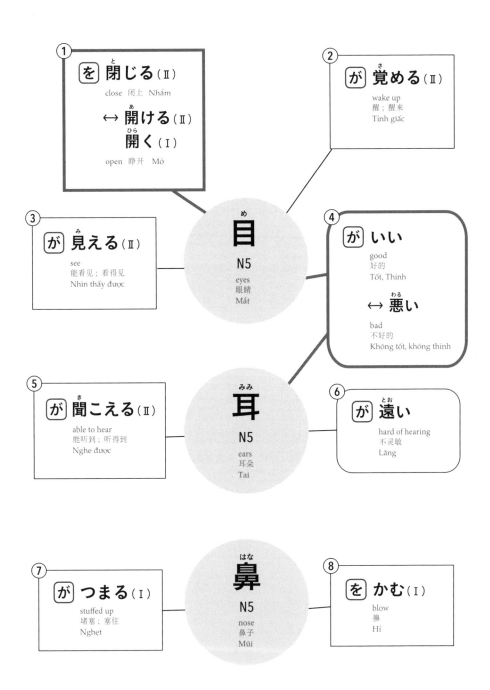

1 を 閉じる（Ⅱ）
と
close 闭上 Nhắm

↔ 開ける（Ⅱ）
あ
開く（Ⅰ）
ひら
open 睁开 Mở

2 が 覚める（Ⅱ）
さ
wake up
醒；醒来
Tỉnh giấc

3 が 見える（Ⅱ）
み
see
能看见；看得见
Nhìn thấy được

目
め
N5
eyes
眼睛
Mắt

4 が いい
good
好的
Tốt, Thịnh

↔ 悪い
わる
bad
不好的
Không tốt, không thịnh

5 が 聞こえる（Ⅱ）
き
able to hear
能听到；听得到
Nghe được

耳
みみ
N5
ears
耳朵
Tai

6 が 遠い
とお
hard of hearing
不灵敏
Lãng

7 が つまる（Ⅰ）
stuffed up
堵塞；塞住
Nghẹt

鼻
はな
N5
nose
鼻子
Mũi

8 を かむ（Ⅰ）
blow
擤
Hỉ

🔊))) B-30

①	目を閉じる ↔ {開ける／開く}	・目を閉じて、ゆっくり音楽を聞いた。 I closed my eyes and relaxed listening to some music. 我闭上眼睛，自在地听music。 Nhắm mắt lại để thưởng thức âm nhạc. ・授業中、眠くて目を{開け／開い}ていられなかった。 I was so sleepy in class, I couldn't {open} my eyes. 上课的时候，我困得睁不开眼睛。 Trong giờ học tôi buồn ngủ mở mắt không lên nổi.
②	目が覚める	・夜中に大きな音で目が覚めた。 A loud noise woke me up in the middle of the night. 半夜里被巨大的声响惊醒了。 Nửa đêm có tiếng động lớn làm tôi tỉnh giấc.
③	目が見える	・赤ちゃんは、生まれたときから目が見えるそうだ。 Babies can see from the moment they are born. 据说婴儿一生下来眼睛就能看得见。 Nghe nói mắt trẻ sơ sinh có thể nhìn thấy được từ khi mới sinh.
④	[目][耳]がいい ↔ 悪い	・私は目がよくて、遠くの物でもはっきり見える。 I have good eyes, so I can see things clearly even at a distance. 我眼睛视力好，远处的东西也能看得很清楚。 Mắt tôi rất tốt nên có thể nhìn thấy những vật ở xa. ・目が悪いので、運転するときは必ずめがねをかける。 I have bad eyes, so I always wear glasses when I always drive. 我眼睛视力不好，开车的时候必须戴上眼镜。 Mắt tôi không tốt nên khi lái xe nhất định phải đeo mắt kính. ・耳がいい人は、小さい音でもよく聞こえる。 People with good ears can hear even the slightest sound. 耳朵听力好的人，能听到很细微的声音。 Những người tai thính có thể nghe được những tiếng động nhỏ. ・耳が悪くなって、小さい音が聞こえにくい。 It's hard to hear slight sounds since my hearing got worse. 耳朵听力不好的人，很难听到细微的声音。 Tai tôi không thính nên khó nghe được những tiếng động nhỏ.
⑤	耳が聞こえる	・トンネルから出た後、しばらく耳が聞こえにくかった。 It was hard to hear for awhile after coming out of the tunnel. 出了隧道之后，暂时耳朵会听不太清楚。 Mới ra khỏi đường hầm nên tai khó nghe một lúc.
⑥	耳が遠い	・祖父は、年を取って耳が遠くなった。 My grandfather became hard of hearing as he got older. 祖父年纪大了，耳朵变得有点背。 Ông tôi lớn tuổi nên tai bị lãng. ※ Often used with older people. ／ 多用于上了年纪的人。／ Cách nói được dùng nhiều cho người lớn tuổi.
⑦	鼻がつまる	・かぜで鼻がつまって苦しい。 Having a stuffed up nose during my cold was brutal. 我感冒了，鼻子塞住了好难受。 Do bị cảm nên mũi tôi bị nghẹt, cảm thấy khó chịu.
⑧	鼻をかむ	・鼻水が出るので、鼻をかんだ。 My nose was running so I blew it. 因为有鼻涕流出来，我就擤了擤鼻子。 Bị chảy nước mũi nên tôi đã hỉ mũi.

9 スケジュール

10 人・交際

11 趣味・スポーツ

12 天気

13 自然・災害

14 体

15 病気・健康

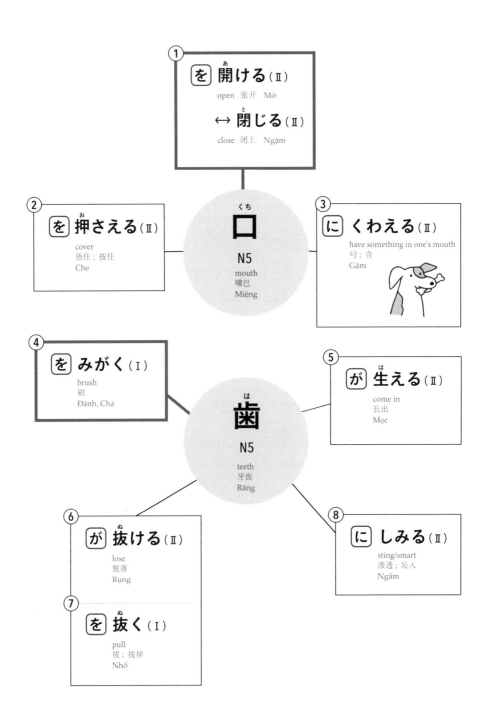

1. を 開ける(Ⅱ)
   あ
   open 张开 Mở

   ↔ 閉じる(Ⅱ)
   と
   close 闭上 Ngậm

くち
口
N5
mouth
嘴巴
Miệng

2. を 押さえる(Ⅱ)
   お
   cover
   捂住；按住
   Che

3. に くわえる(Ⅱ)
   have something in one's mouth
   叼；含
   Gặm

4. を みがく(Ⅰ)
   brush
   刷
   Đánh, Chà

は
歯
N5
teeth
牙齿
Răng

5. が 生える(Ⅱ)
   は
   come in
   长出
   Mọc

6. が 抜ける(Ⅱ)
   ぬ
   lose
   脱落
   Rụng

7. を 抜く(Ⅰ)
   ぬ
   pull
   拔；拔掉
   Nhổ

8. に しみる(Ⅱ)
   sting/smart
   渗透；沁入
   Ngấm

🔊))) B-31

① ☐	口を開ける ↔ 閉じる	・歯医者でずっと**口**を大きく**開け**ていたので、あごが痛くなった。 Keeping my mouth open for so long at the dentist made my jaw hurt. 在看牙医的时候一直张大着嘴，导致下巴有点痛。 Ở nha sĩ tôi mở miệng to suốt nên hàm bị đau. ・**開け**た**口**を**閉じ**た。 She closed her open mouth. 我闭上了张开的嘴。 Tôi ngậm miệng lại. ※ "口を閉じる" can also mean "not say anything." / "口を閉じる"，也有"什么都不说"的意思。 /「口を閉じる」cũng có ý nghĩa là "không nói gì".
② ☐	口を押さえる	・周りの人に迷惑なので、**口**を**押さえ**てせきをした。 I covered my cough so it wouldn't bother anyone around me. 因为会给周围的人造成困扰的，所以我咳嗽的时候捂住了嘴。 Vì nghĩ làm phiền người khác nên tôi che miệng khi ho.
③ ☐	口にくわえる	・犬が骨を**口**に**くわえ**ている。 The dog has a bone in its mouth. 狗把骨头叼在嘴里。 Con chó gặm cục xương trong miệng.
④ ☐	歯をみがく	・私は、１日３回、食事の後で**歯**を**みがく**。 I brush my teeth 3 times a day after meals. 我1天3次，在饭后刷牙。 Một ngày tôi đánh răng 3 lần, sau mỗi bữa ăn.
⑤ ☐	歯が生える	・赤ちゃんのかわいい**歯**が**生え**てきた。 The baby's teeth came in and they were so cute. 婴儿长出了可爱的牙齿。 Em bé mới mọc răng rất dễ thương.
⑥ ☐	歯が抜ける	・子どもは、一度**歯**が**抜け**て、大人の歯に代わる。 Children lose their baby teeth, which are replaced by their adult teeth. 小孩子要掉一次牙，换上恒牙。 Trẻ em sẽ rụng răng một lần và thay bằng răng trưởng thành.
⑦ ☐	歯を抜く	・歯医者で、虫歯になった**歯**を**抜い**た。 The dentist pulled my tooth that had a cavity. 我去牙医那儿拔掉了变成蛀牙的牙齿。 Nha sĩ nhổ răng sâu của tôi. ※ Can also be expressed as "歯医者で歯を抜いてもらう." / 另一种说法是"歯医者で歯を抜いてもらう"。 / Cũng có cách nói「歯医者で歯を抜いてもらう」
⑧ ☐	歯にしみる	・冷たい水が**歯**に**しみ**て痛い。 My tooth smarts when I drink something cold. 冷水沁到了牙齿里面，很痛。 Nước lạnh ngấm vào răng làm răng đau nhức. ※ Also can be expressed as "歯がしみる." / 另一种说法是"歯がしみる"。 / Cũng có cách nói「歯がしみる」。 ex）冷たい水を飲むと、**歯**が**しみる**。

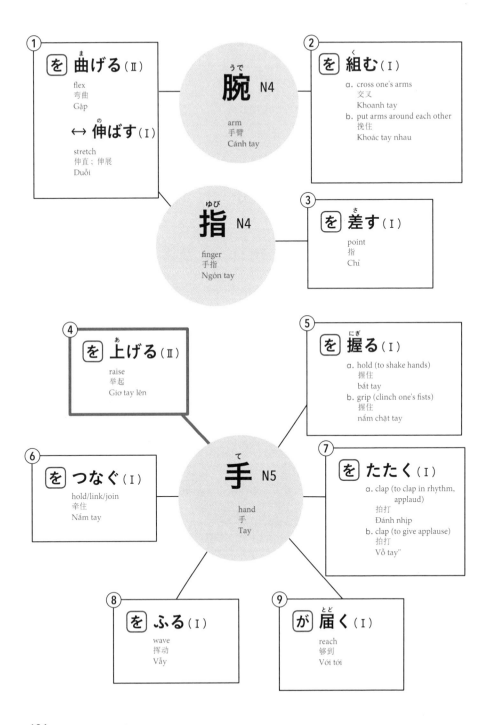

1
を 曲げる (II)
flex
弯曲
Gập

↔ 伸ばす (I)
stretch
伸直；伸展
Duỗi

腕 N4
arm
手臂
Cánh tay

2
を 組む (I)
a. cross one's arms
交叉
Khoanh tay
b. put arms around each other
挽住
Khoác tay nhau

指 N4
finger
手指
Ngón tay

3
を 差す (I)
point
指
Chỉ

4
を 上げる (II)
raise
举起
Giơ tay lên

5
を 握る (I)
a. hold (to shake hands)
握住
bắt tay
b. grip (clinch one's fists)
握住
nắm chặt tay

6
を つなぐ (I)
hold/link/join
牵住
Nắm tay

手 N5
hand
手
Tay

7
を たたく (I)
a. clap (to clap in rhythm, applaud)
拍打
Đánh nhịp
b. clap (to give applause)
拍打
Vỗ tay"

8
を ふる (I)
wave
挥动
Vẫy

9
が 届く (I)
reach
够到
Với tới

🔊 B-32

① ☐	[腕][指] を曲げる ↔ 伸ばす	・[腕][指]を曲げたり伸ばしたりして、パソコンの疲れをとった。 I stretched and flexed my [fingers] [arms]to relieve tiredness from computing. 通过弯曲和伸展[手臂][手指]，消除了使用电脑带来的疲劳。 Gập, duỗi [cánh tay][ngón tay] để cho tay bớt mỏi khi dùng máy tính.
② ☐	腕を組む	a.私は、難しいことを考えるとき、腕を組んでしまう。 I cross my arms when I think of something complicated. 我只要一思考难题就会不由自主的抱臂。 Khi suy nghĩ những điều phức tạp tôi thường khoanh tay lại. b.恋人と腕を組んで歩いた。 My sweetheart and I walked with our arms around each other. 我和恋人手挽手走在路上。 Tôi và người yêu khoác tay nhau khi đi bộ.
③ ☐	指を差す	・日本では、人に指を差すのは失礼だ。 It is rude in Japan to point at someone. 在日本，用手指指别人是不礼貌的。 Ở Nhật dùng ngón tay chỉ vào người khác là thất lễ.
④ ☐	手を上げる	・授業中、質問があるときは、まず手を上げる。 When you have a question in class, first raise your hand. 课堂上，提问的时候要先举手。 Trong giờ học, tôi thường giơ tay lên khi có thắc mắc.
⑤ ☐	手を握る	a.友だちと会って、最後に二人で手を握って別れた。 I saw my friend, and we shook hands together as we said goodbye. 和朋友见了面，最后两个人握手道了别。 Khi gặp bạn, cuối cùng trước khi chào về thì hai người thường bắt tay. ※ We also say "握手する." / 另一种说法是"握手する"。 / Cũng có cách nói「握手する」 b.面接の間、ずっと手を握っていたので、手に汗をかいた。 My hands got sweaty as I was clinching them into fists for the entire interview. 面试的时候，我一直握着自己的手，手上都出汗了。 Khi phỏng vấn, tôi nắm chặt tay lại nên tay ra nhiều mồ hôi.
⑥ ☐	手をつなぐ	・子どもたちが手をつないで、一緒に歩いている。 The children were holding hands as they walked. 我牵着孩子的手，一起走在路上。 Trẻ con nắm tay nhau cùng đi.
⑦ ☐	手をたたく	a.手をたたきながら歌を歌った。 We sang a song while clapping our hands. 我们手打着拍子唱了歌。 Tôi vừa đánh nhịp vừa hát. b.歌手の歌がとてもうまかったので、手をたたいた。 We applauded the singer as she was very good. 歌手唱的太好了，我忍不住鼓起了掌。 Bài hát của ca sĩ rất hay nên tôi vỗ tay.
⑧ ☐	手をふる	・帰るとき、「バイバイ」と友だちに手をふった。 My friend and I waved "bye-bye" to each other as she left. 回去的时候，我朝朋友挥手说了再见。 Khi về tôi vẫy tay với bạn tôi và nói "bye bye"
⑨ ☐	手が届く	・本棚が高くて、一番上に手が届かない。 My hand couldn't reach the very top of the bookshelf, it was so high. 书架太高了，我的手够不到最上面。 Kệ sách cao nên tôi không với tay tới kệ trên cùng.

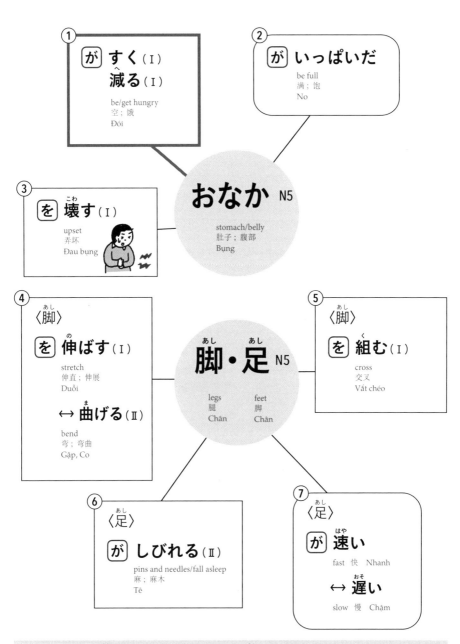

① が すく（Ⅰ）／減る（Ⅰ）
be/get hungry
空；饿
Đói

② が いっぱいだ
be full
满；饱
No

③ を 壊す（Ⅰ）
upset
弄坏
Đau bụng

おなか N5
stomach/belly
肚子；腹部
Bụng

④ 〈脚〉を 伸ばす（Ⅰ）
stretch
伸直；伸展
Duỗi

↔ 曲げる（Ⅱ）
bend
弯；弯曲
Gập, Co

⑤ 〈脚〉を 組む（Ⅰ）
cross
交叉
Vắt chéo

脚・足 N5
legs feet
腿   脚
Chân Chân

⑥ 〈足〉が しびれる（Ⅱ）
pins and needles/fall asleep
麻；麻木
Tê

⑦ 〈足〉が 速い
fast 快 Nhanh

↔ 遅い
slow 慢 Chậm

※ Use the character "脚" when it means the entire leg and "足" when it just means the foot.
汉字"脚"表示整条腿、汉字"足"只表示脚。
Khi nói tổng thể dùng Hán tự "脚", còn để nói bàn chân thì dùng Hán tự "足".

186

🔊 B-33

① ☐	おなかが{すく／減る}	・今日はほとんど食事をしていないので、**おなか**が{すい／減っ}た。 I didn't have hardly anything to eat today, so I'm hungry. 今天基本没吃东西，肚子饿了。 Hôm nay hầu như tôi không ăn gì nên bụng "đói". ※ Can also say "おなかがぺこぺこだ" when one is really hungry. ／ 肚子特别饿的时候可以说"おなかがぺこぺこだ"。 ／ Khi muốn nói bụng đói cồn cào cũng có cách nói「おなかがぺこぺこだ」
② ☐	おなかがいっぱいだ	・たくさん食べて、**おなか**がいっぱいになった。 I had a lot to eat so I was full. 我吃了很多，肚子饱了。 Tôi ăn nhiều nên bụng no.
③ ☐	おなかを壊す	・私は、牛乳を飲むと**おなか**を壊す。 If I drink milk, it upsets my stomach. 我只要一喝牛奶就会坏肚子。 Tôi uống sữa là bị đau bụng.
④ ☐	脚を伸ばす ↔ 曲げる	・飛行機に長く乗っているときは、ときどき**脚**を伸ばしたり曲げたりした方がいい。 It's good to stretch your legs and do knee bends on a long flight. 飞机坐久了，时不时地把腿屈伸一下比较好。 Khi ngồi trên máy bay, đôi khi nên co, duỗi chân.
⑤ ☐	脚を組む	・**脚**を組んで座ると、相手に失礼だと思われることがある。 Sitting with your legs crossed may be seen as impolite to whoever is with you. 跷二郎腿有时会被认为是对对方不礼貌的表现。 Cũng có nhiều trường hợp bị đối phương nghĩ thất lễ khi ngồi vắt chéo chân.
⑥ ☐	足がしびれる	・長い間たたみに座っていたので、**足**がしびれた。 After sitting on a tatami floor for a long time, my foot fell asleep 长时间坐在榻榻米上，脚麻了。 Vì ngồi lâu trên chiếu nên chân bị tê.
⑦ ☐	足が速い ↔ 遅い	・弟は**足**が速くて、100 m を12秒で走る。 My little brother is fast and can run 100 meters in 12 seconds. 弟弟脚程很快，100m 只要12秒就能跑完。 Em tôi chạy nhanh, chạy 100m trong vòng 12 giây. ・**足**が遅いので、電車に遅れそうになることが多い。 He is slow, so he often comes close to missing the train. 因为我跑得慢，所以经常赶不上电车。 Vì chậm chạp nên thường bị trễ xe điện.

1 一緒に使う言葉を［　］から全部選んで○をつけなさい。＿＿には、左の＿＿と反対の意味の言葉を入れなさい。

①［ 目　耳　口　指　足 ］が いい　　　　　↔ ＿＿＿＿＿＿＿

②［ 頭　肩　腕　指　足 ］が 速い　　　　　↔ ＿＿＿＿＿＿＿

③［ 目　耳　鼻　口　のど ］を 開ける　　　↔ ＿＿＿＿＿＿＿

④［ 頭　のど　腕　おなか　脚 ］を 曲げる ↔ ＿＿＿＿＿＿＿

2 ⬚からあてはまる言葉を全部選んで［　］に、助詞を（　）に入れなさい。

頭　髪　首　肩　腕　手　脚　歯

①［　　　　　］（　　）生える　　②［　　　　　］（　　）抜ける

③［　　　　　］（　　）組む　　　④［　　　　　］（　　）ふる

3 正しい文になるように、左と右の言葉を線でつなぎなさい。

① デートで恋人と手を　　・　　　・上げた。

② 歌手に向かって手を　　・　　　・つないだ。

③ あいさつで相手の手を・　　　・たたいた。

④ 一番高い棚に手が　　　・　　　・届いた。

⑤ 質問する前に手を　　　・　　　・握った。

4 ｛　｝の中の正しい方に○をつけなさい。

① たくさん歌を歌って、のどが ｛ すいた　かわいた ｝。

② おなかが ｛ いっぱいで　たくさんで ｝、何も食べられない。

③ 手話は、耳が ｛ 聞けない　聞こえない ｝ 人のために使われる。

④ 鼻が ｛ 閉じて　つまって ｝、話すと苦しい。

⑤ 姉は、笑うとき口を ｛ 押す　押さえる ｝。

5 { } の中の正しい方に○をつけなさい。
① 人に指を { 立つ　差す } のは、失礼だと考えられている。
② 冷たい水を飲むと、歯に { しみる　入る } ようになった。
③ 鼻を強く { かんだら　くわえたら }、鼻から血が出た。
④ 長い時間たたみに座っていたので、足が { ちぢんだ　しびれた }。

6 ___の言葉が正しければ○を、間違っていれば直して、( ) に入れなさい。
① 首が痛くて、なかなか曲げない（→　　　　　　　）。
② ドレスに似合うように、髪を伸びて（→　　　　　　　）いる。
③ 古い牛乳を飲んで、おなかを壊した（→　　　　　　　）。
④ 歯医者へ行って、虫歯を抜けた（→　　　　　　　）。
⑤ 赤ちゃんは、生まれたときから目が見られる（→　　　　　　　）。

7 ___から言葉を選び、適当な形にして [ ] の中に入れなさい。1つの言葉は1回しか選べません。

> きる　　こる　　そめる　　とかす　　たたく

美容院へ行った。まず、髪を［①　　　　　　］てから、シャンプーをして、それから、短く［②　　　　　　］てもらった。次に、髪を少し明るい色に［③　　　　　　］た。最後に、肩が［④　　　　　　］ていたので、店の人が［⑤　　　　　　］てくれた。気持ちがよかったし、髪も似合っていてよかった。

8 ( ) に何を入れますか。1～4から一番いいものを1つ選びなさい。
① 昼ごはんを食べなかったので、夜、とてもおなかが（　　）。
　1 あいた　　　2 ぬいた　　　3 すいた　　　4 かわいた
② 朝早く、何か大きな音で目が（　　）。
　1 開いた　　　2 覚めた　　　3 見えた　　　4 起きた
③ 祖母は耳が（　　）ので、家族は大きな声で話すようにしている。
　1 深い　　　2 狭い　　　3 遠い　　　4 長い

9 スケジュール　10 人・交際　11 趣味・スポーツ　12 天気　13 自然・災害　14 体　15 病気・健康

15 病気・健康
<ruby>病<rt>びょう</rt></ruby><ruby>気<rt>き</rt></ruby>・<ruby>健<rt>けん</rt></ruby><ruby>康<rt>こう</rt></ruby>

Sickness・Health　病痛・健康
Bệnh tật・Sức khỏe

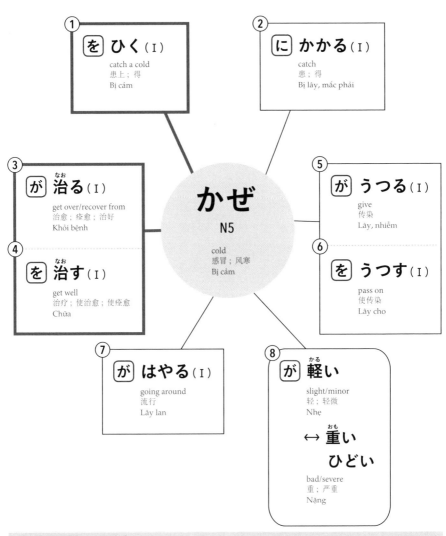

1 を ひく（Ⅰ）
catch a cold
患上；得
Bị cảm

2 に かかる（Ⅰ）
catch
患；得
Bị lây, mắc phải

3 が <ruby>治<rt>なお</rt></ruby>る（Ⅰ）
get over/recover from
治愈；痊愈；治好
Khỏi bệnh

4 を <ruby>治<rt>なお</rt></ruby>す（Ⅰ）
get well
治疗；使治愈；使痊愈
Chữa

5 が うつる（Ⅰ）
give
传染
Lây, nhiễm

6 を うつす（Ⅰ）
pass on
使传染
Lây cho

かぜ
N5
cold
感冒；风寒
Bị cảm

7 が はやる（Ⅰ）
going around
流行
Lây lan

8 が <ruby>軽<rt>かる</rt></ruby>い
slight/minor
轻；轻微
Nhẹ

↔ <ruby>重<rt>おも</rt></ruby>い
ひどい
bad/severe
重；严重
Nặng

※ The kanji is written as "<ruby>風邪<rt>かぜ</rt></ruby>".
漢字写作"<ruby>風邪<rt>かぜ</rt></ruby>"。
Hán tự thì được ghi "<ruby>風邪<rt>かぜ</rt></ruby>".
※ ②～⑧ apply to contagious illnesses such as "インフルエンザ（influenza）."
②～⑧也可用于"インフルエンザ（流感）"等传染性强的病症。
②～⑧ cũng được sử dụng cho những bệnh lây cho người như "インフルエンザ (cúm)".

🔊 B-34

① ☐	かぜをひく	・**かぜをひいて、**学校^{がっこう}を休^{やす}んだ。 I caught a cold and stayed home from school. 我得了感冒，请假没去上学。 Bị cảm nên tôi nghỉ học.
② ☐	かぜにかかる	・クラスメートの多^{おお}くがかぜをひいていて、私^{わたし}も**かぜにかかってしまった。** Many of my classmates caught a cold and I also end up getting it. 班上很多同学感冒了，我也得了感冒。 Nhiều bạn học bị cảm nên tôi cũng bị lây bệnh. ※ There is another expression "病院^{びょういん}にかかる." / 另一种说法是"病院にかかる"。/ Cũng có cách nói「病院^{びょういん}にかかる」
③ ☐	かぜが治^{なお}る	・薬^{くすり}を飲^のんだら、すぐ**かぜが治^{なお}った。** She took some medicine and got over her cold quickly. 喝了药以后，我的感冒好了。 Uống thuốc là hết cảm ngay.
④ ☐	かぜを治^{なお}す	・来週^{らいしゅう}、入学試験^{にゅうがくしけん}があるので、早^{はや}く**かぜを治^{なお}さなければならない。** I have an entrance exam next week, so I have to get well soon. 下礼拜有入学考试，必须赶紧把感冒治好。 Tuần sau vì có kỳ thi đầu vào nên phải chữa bệnh cảm cho mau khỏi.
⑤ ☐	かぜがうつる	・夫^{おっと}の**かぜが、**私^{わたし}に**うつってしまった。** My husband gave me a cold. 丈夫的感冒传染给我了。 Tôi bị lây cảm từ chồng tôi.
⑥ ☐	かぜをうつす	・他^{ほか}の人^{ひと}に**かぜをうつさないように、**マスクをしている。 He's wearing a mask to avoid passing on his cold to anyone else. 为了不把感冒传染给别人，我戴了口罩。 Tôi đeo khẩu trang để không lây cảm cho người khác.
⑦ ☐	かぜがはやる	・学校^{がっこう}で**かぜがはやって、**大勢^{おおぜい}の学生^{がくせい}が授業^{じゅぎょう}を休^{やす}んでいる。 Colds are going around at school, so a lot of students are staying home from class. 学校里感冒盛行，很多学生都请假了。 Ở trường thì đang lây lan bệnh cảm nên nhiều học sinh nghỉ học.
⑧ ☐	かぜが軽^{かる}い ↔ {重^{おも}い/ひどい}	・**かぜが軽^{かる}かったので、**病院^{びょういん}へ行^いかなかった。 It was a slight cold, so I didn't go to the doctor. 因为感冒比较轻，我就没去医院。 Vì bị cảm nhẹ nên tôi đã không đi bệnh viện. ・**かぜが{重^{おも}い/ひどい}ので、**病院^{びょういん}でみてもらった。 It was a bad cold, so I went to the clinic to have it looked at. 因为感冒比较严重，我去医院看了医生。 Vì bị cảm nặng nên tôi đi khám bác sĩ. ※ "ひどい" is used with "熱^{ねつ}" and "せき". / "ひどい"也可用于"熱^{ねつ}"、"せき"。/「ひどい」cũng được sử dụng cho「熱^{ねつ}」「せき」. ex) 熱^{ねつ}がひどくて、動^{うご}けなかった。 かぜをひいて、せきがひどい。

右側のタブ（縦書き）：
9 スケジュール / 10 人・交際 / 11 趣味・スポーツ / 12 天気 / 13 自然・災害 / 14 体 / 15 病気・健康

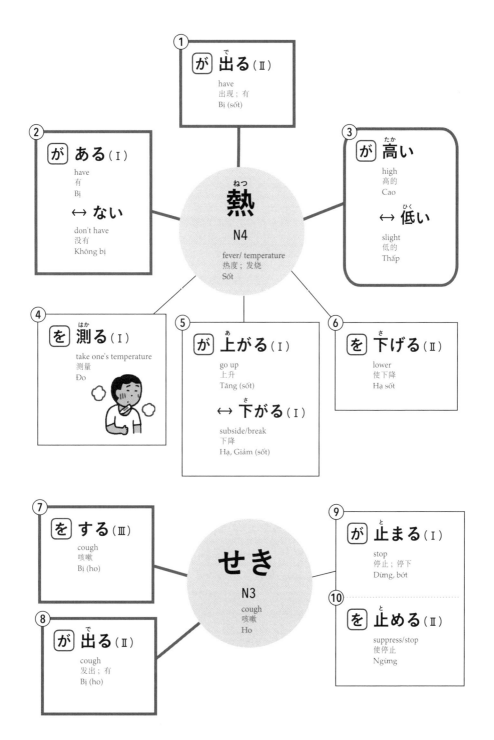

① が 出る（Ⅱ）
have
出現；有
Bị (sốt)

② が ある（Ⅰ）
have
有
Bị
↔ ない
don't have
没有
Không bị

③ が 高い
high
高的
Cao
↔ 低い
slight
低的
Thấp

熱
N4
fever/ temperature
热度；发烧
Sốt

④ を 測る（Ⅰ）
take one's temperature
测量
Đo

⑤ が 上がる（Ⅰ）
go up
上升
Tăng (sốt)
↔ 下がる（Ⅰ）
subside/break
下降
Hạ, Giảm (sốt)

⑥ を 下げる（Ⅱ）
lower
使下降
Hạ sốt

⑦ を する（Ⅲ）
cough
咳嗽
Bị (ho)

⑧ が 出る（Ⅱ）
cough
发出；有
Bị (ho)

せき
N3
cough
咳嗽
Ho

⑨ が 止まる（Ⅰ）
stop
停止；停下
Dừng, bớt

⑩ を 止める（Ⅱ）
suppress/stop
使停止
Ngừng

🔊 **B-35**

① <ruby>熱<rt>ねつ</rt></ruby>が<ruby>出<rt>で</rt></ruby>る ☐	・かぜをひいて、<ruby>高<rt>たか</rt></ruby>い<ruby>熱<rt>ねつ</rt></ruby>が<ruby>出<rt>で</rt></ruby>た。 She caught a cold and had a high fever. 得了感冒，发了高烧。 Tôi bị cảm, nên sốt cao.	
② <ruby>熱<rt>ねつ</rt></ruby>がある ☐ ↔ ない	・<ruby>熱<rt>ねつ</rt></ruby>があって<ruby>苦<rt>くる</rt></ruby>しいので、<ruby>病院<rt>びょういん</rt></ruby>へ<ruby>行<rt>い</rt></ruby>った。 He had a bad fever so he went to the doctor. 发烧了很难受，所以我去了医院。 Bị sốt, thấy khó chịu nên tôi đã đi bệnh viện. ・かぜをひいたが、<ruby>全然熱<rt>ぜんぜんねつ</rt></ruby>がなかった。 I caught a cold, but didn't have a fever at all. 虽然得了感冒，但是完全没有发烧。 Tôi bị cảm nhưng không bị sốt.	
③ <ruby>熱<rt>ねつ</rt></ruby>が<ruby>高<rt>たか</rt></ruby>い ☐ ↔ <ruby>低<rt>ひく</rt></ruby>い	・<ruby>熱<rt>ねつ</rt></ruby>が<ruby>高<rt>たか</rt></ruby>くて、39℃もある。 My fever is all the way up to 39℃. 热度很高，有39℃。 Bị sốt cao lên đến 39 độ C. ・かぜをひいたが、<ruby>熱<rt>ねつ</rt></ruby>が<ruby>低<rt>ひく</rt></ruby>いから、<ruby>心配<rt>しんぱい</rt></ruby>しなくていい。 I caught a cold with just a slight fever, so it's nothing to worry about. 虽然得了感冒，但是热度很低，不用担心。 Bị cảm nhưng chỉ sốt nhẹ nên không cần phải lo lắng.	
④ <ruby>熱<rt>ねつ</rt></ruby>を<ruby>測<rt>はか</rt></ruby>る ☐	・<ruby>体<rt>からだ</rt></ruby>が<ruby>熱<rt>あつ</rt></ruby>いので<ruby>熱<rt>ねつ</rt></ruby>を<ruby>測<rt>はか</rt></ruby>ったら、38℃だった。 I was hot so I took my temperature and it was 38℃. 身体很热，测了下热度，有38℃。 Toàn thân nóng nên tôi thử đo nhiệt độ, kết quả là sốt 39 độ C.	
⑤ <ruby>熱<rt>ねつ</rt></ruby>が<ruby>上<rt>あ</rt></ruby>がる ☐ ↔ <ruby>下<rt>さ</rt></ruby>がる	・<ruby>薬<rt>くすり</rt></ruby>を<ruby>飲<rt>の</rt></ruby>んで<ruby>寝<rt>ね</rt></ruby>たのに、<ruby>昨日<rt>きのう</rt></ruby>より<ruby>熱<rt>ねつ</rt></ruby>が<ruby>上<rt>あ</rt></ruby>がってしまった。 Although I took some medicine and had a good sleep, my temperature got higher than yesterday. 我明明都吃了药睡了一觉了，热度竟然比昨天还高了。 Tôi đã uống thuốc và đi ngủ nhưng sốt lại cao hơn hôm qua. ・<ruby>一晩<rt>ひとばん</rt></ruby><ruby>寝<rt>ね</rt></ruby>たら、<ruby>熱<rt>ねつ</rt></ruby>が<ruby>下<rt>さ</rt></ruby>がった。 After a good night's sleep, my fever subsided. 我睡了一晚上之后，热度降下来了。 Ngủ qua một đêm thì đã hạ sốt.	
⑥ <ruby>熱<rt>ねつ</rt></ruby>を<ruby>下<rt>さ</rt></ruby>げる ☐	・<ruby>熱<rt>ねつ</rt></ruby>を<ruby>下<rt>さ</rt></ruby>げるために、<ruby>頭<rt>あたま</rt></ruby>を<ruby>冷<rt>ひ</rt></ruby>やした。 I cooled my head to lower my temperature. 为了使热度降下来，我给头部降了温。 Để hạ sốt, tôi làm mát đầu.	
⑦ せきをする ☐	・<ruby>友<rt>とも</rt></ruby>だちがかぜをひいて、ひどいせきをしている。 My friend caught a cold and had a really bad cough. 我朋友感冒了，咳嗽得很厉害。 Bạn tôi bị cảm nên ho nhiều.	
⑧ せきが<ruby>出<rt>で</rt></ruby>る ☐	・<ruby>今朝<rt>けさ</rt></ruby>からずっとせきが<ruby>出<rt>で</rt></ruby>て、なかなか<ruby>止<rt>と</rt></ruby>まらない。 I have been coughing all morning and it just won't stop. 今天早上一直在咳嗽，怎么都停不下来。 Sáng giờ bị ho không dứt.	
⑨ せきが<ruby>止<rt>と</rt></ruby>まる ☐	・<ruby>水<rt>みず</rt></ruby>をたくさん<ruby>飲<rt>の</rt></ruby>んだら、<ruby>少<rt>すこ</rt></ruby>しせきが<ruby>止<rt>と</rt></ruby>まった。 My cough subsided a little after I drank a lot of water. 我喝了很多水以后，咳嗽稍微消停了一点。 Tôi uống nhiều nước nên bớt ho một chút.	
⑩ せきを<ruby>止<rt>と</rt></ruby>める ☐	・せきを<ruby>止<rt>と</rt></ruby>める<ruby>薬<rt>くすり</rt></ruby>を<ruby>飲<rt>の</rt></ruby>んだら、よくなった。 My cough got better after I took a cough suppressant. 我吃了止咳药之后，好了不少。 Tôi uống thuốc trị ho, nên cảm thấy tốt hơn.	

9 スケジュール
10 人・交際
11 趣味・スポーツ
12 天気
13 自然・災害
14 体
15 病気・健康

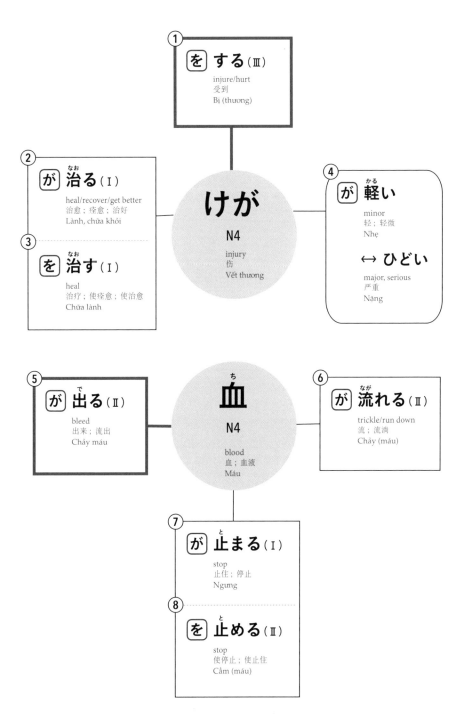

1

を する (Ⅲ)

injure/hurt
受到
Bị (thương)

2

が 治る (Ⅰ)
なお

heal/recover/get better
治愈；痊愈；治好
Lành, chữa khỏi

3

を 治す (Ⅰ)
なお

heal
治疗；使痊愈；使治愈
Chữa lành

けが

N4

injury
伤
Vết thương

4

が 軽い
かる

minor
轻；轻微
Nhẹ

↔ ひどい

major, serious
严重
Nặng

5

が 出る (Ⅱ)
で

bleed
出来；流出
Chảy máu

血
ち

N4

blood
血；血液
Máu

6

が 流れる (Ⅱ)
なが

trickle/run down
流；流淌
Chảy (máu)

7

が 止まる (Ⅰ)
と

stop
止住；停止
Ngưng

8

を 止める (Ⅱ)
と

stop
使停止；使止住
Cầm (máu)

🔊 B-36

① ☐	けがをする	・転んで、足<u>に</u>けが<u>を</u>した。 She fell down and hurt her leg. 我摔了一跤，脚受伤了。 Tôi bị ngã nên bị thương ở chân.
② ☐	けがが治る	・けが<u>が</u>治るまでに3週間かかった。 It took 3 weeks for his injury to heal. 我花了整整3个星期伤才好。 Mất 3 tuần để vết thương lành.
③ ☐	けがを治す	・けが<u>を</u>早く治すためには、食事も大切だ。 Eating is also important to healing an injury quickly. 为了赶紧把伤治好，饮食很重要。 Để chữa lành vết thương thì ăn uống cũng quan trọng.
④ ☐	けがが軽い ↔ ひどい	・父が事故にあったが、けが<u>が</u>軽かったので安心した。 My dad had an accident, but his injuries were minor, which was a relief. 父亲遭遇了事故，还好伤不重，算是松了一口气。 Ba tôi bị tai nạn, nhưng vết thương nhẹ nên tôi cũng an tâm. ・けががひどかったので、入院した。 Her injuries were serious, so they admitted her to the hospital. 因为伤得太严重了，我住院了。 Vết thương nặng nên tôi phải nhập viện.
⑤ ☐	血が出る	・ちょっとけがをしただけなのに、たくさん血<u>が</u>出た。 It was only a minor injury, but it bled a lot. 明明只是受了点小伤，却流了很多血。 Chỉ bị thương một chút mà chảy máu nhiều.
⑥ ☐	血が流れる	・ドアにひどくぶつかって、頭<u>から</u>血<u>が</u>流れた。 He really ran into the door hard and some blood trickled from his head. 我重重地撞在了门上，头上流血了。 Tôi va đầu vào cửa nên đầu chảy máu.
⑦ ☐	血が止まる	・鼻から血が出たが、しばらく上を向いていたら、血<u>が</u>止まった。 He had a nose bleed, but keeping his head up for awhile made the bleeding stop. 流鼻血了，我仰头了一会儿头之后，血止住了。 Mũi tôi chảy máu nhưng ngửa đầu lên một chút thì máu ngưng chảy.
⑧ ☐	血を止める	・指を切ったとき、強く傷を押さえて血<u>を</u>止めた。 When she cut her finger, she put a lot of pressure on it and stopped the bleeding. 割伤手指的时候，我用力按住伤口，止住了血。 Khi bị cắt vào tay, tôi đã ấn mạnh vào vết thương để cầm máu.

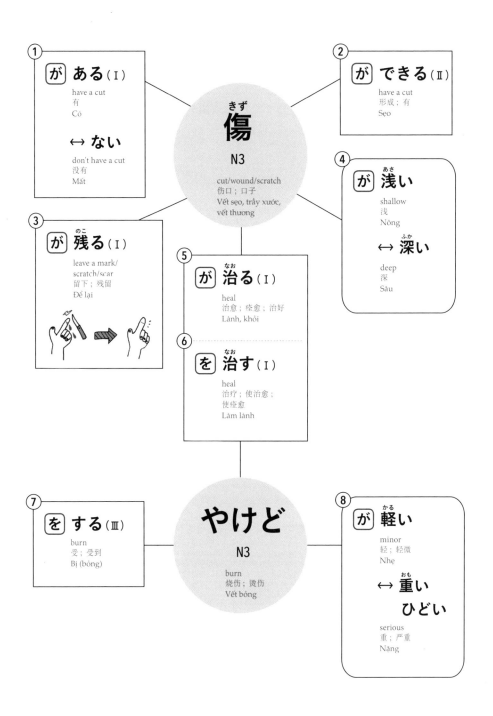

1 が ある（Ⅰ）
have a cut
有
Có

↔ ない
don't have a cut
没有
Mất

2 が できる（Ⅱ）
have a cut
形成；有
Sẹo

きず
傷
N3
cut/wound/scratch
伤口；口子
Vết sẹo, trầy xước,
vết thương

3 が 残る（Ⅰ）
のこ
leave a mark/
scratch/scar
留下；残留
Để lại

4 が 浅い
あさ
shallow
浅
Nông

↔ 深い
ふか
deep
深
Sâu

5 が 治る（Ⅰ）
なお
heal
治愈；痊愈；治好
Lành, khỏi

6 を 治す（Ⅰ）
なお
heal
治疗；使治愈；
使痊愈
Làm lành

やけど
N3
burn
烧伤；烫伤
Vết bỏng

7 を する（Ⅲ）
burn
受；受到
Bị (bỏng)

8 が 軽い
かる
minor
轻；轻微
Nhẹ

↔ 重い
おも
ひどい
serious
重；严重
Nặng

196

🔊)) B-37

9 スケジュール

10 人・交際

11 趣味・スポーツ

12 天気

13 自然・災害

14 体

15 病気・健康

①	傷_{きず}がある ↔ ない	・私_{わたし}は、手_てにナイフで切_きった傷_{きず}がある。 I have a cut wound from cutting my finger with a knife. 我的手上有被刀割的伤口。 Tay tôi có sẹo do bị dao cắt. ・大人_{おとな}になったら、子_こどものころの傷_{きず}がなくなった。 I stopped having all the cuts and scratches I had as a kid once I became an adult. 长大以后，我小时候的伤痕消失了。 Khi lớn lên, vết sẹo thời trẻ con mất đi. ※ " 傷_{きず} " is also used for a thing. / "傷"也可用于物品。/ 「傷_{きず}」cũng được sử dụng cho vật. ex）テーブルに傷_{きず}がある。
②	傷_{きず}ができる	・転_{ころ}んで顔_{かお}に傷_{きず}ができた。 I fell down and scratched my face. 摔了一跤，脸上多了一道伤口。 Tôi bị ngã nên trên mặt có vết sẹo.
③	傷_{きず}が残_{のこ}る	・けがは治_{なお}ったが、傷_{きず}が残_{のこ}ってしまった。 My injury got better, but it left a scar. 伤是治好了，伤口还是留了下来。 Vết thương đã khỏi nhưng còn để lại sẹo.
④	傷_{きず}が浅_{あさ}い ↔ 深_{ふか}い	・カッターで手_てを切_きったが、傷_{きず}が浅_{あさ}くて、血_ちもあまり出_でなかった。 He cut his finger with a box cutter, but it was so shallow, hardly any blood came out at all. 虽然被裁纸刀划伤了手，但是伤口很浅，没怎么出血。 Tôi bị dao rọc giấy cắt vào tay nhưng vết thương nông nên không có chảy máu. ・傷_{きず}が深_{ふか}くて血_ちが止_とまらなかったので、病院_{びょういん}へ行_いった。 The cut was so deep, it wouldn't stop bleeding, so they went to the hospital. 伤口太深了，血止不住，我只好去了医院。 Vết thương sâu, máu không ngừng nên tôi phải đi bệnh viện.
⑤	[傷_{きず}][やけど] が治_{なお}る	・薬_{くすり}を塗_ぬったら、[傷_{きず}][やけど]が治_{なお}った。 The [scratch] [burn] healed once the medicine was spread on it. 上了药之后，[伤口Ⅰ烧伤]就好了。 Tôi bôi thuốc nên [vết thương][vết bóng] lành.
⑥	[傷_{きず}][やけど] を治_{なお}す	・薬_{くすり}を塗_ぬって[傷_{きず}][やけど]を治_{なお}した。 Spreading the medicine on the [scratch] [burn] healed it. 通过上药来治疗[伤口Ⅰ烧伤]。 Tôi bôi thuốc để làm lành [vết thương][vết bóng].
⑦	やけどをする	・熱_{あつ}い湯_ゆがかかって、足_{あし}にやけどをしてしまった。 The hot water got on my leg and burned it. 被开水泼到了，脚被烫伤了。 Do bị nước sôi xối xối phải nên chân tôi bị bóng.
⑧	やけどが軽_{かる}い ↔ {重_{おも}い／ひどい}	・やけどが軽_{かる}かったので、水_{みず}で冷_ひやすだけでよかった。 It was a minor burn, so it was fine after just cooling it with water. 因为烫伤很轻微，用水冷却了一下就好了。 Vết bóng nhẹ nên may mắn chỉ cần làm mát bằng nước lạnh. ・やけどが{重_{おも}い／ひどい}と、死_しぬこともある。 You can die from a {serious} burn. 烫伤严重的话，有可能会危及生命。 Nếu vết bóng nặng có thể nguy hiểm đến tính mạng.

197

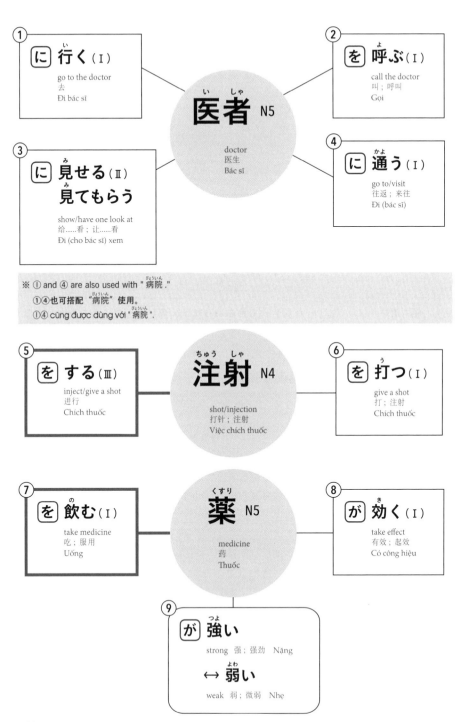

① に 行く（Ⅰ）
go to the doctor
去
Đi bác sĩ

② を 呼ぶ（Ⅰ）
call the doctor
叫；呼叫
Gọi

医者 N5
doctor
医生
Bác sĩ

④ に 通う（Ⅰ）
go to/visit
往返；来往
Đi (bác sĩ)

③ に 見せる（Ⅱ）
見てもらう
show/have one look at
给……看；让……看
Đi (cho bác sĩ) xem

※ ① and ④ are also used with "病院."
①④也可搭配"病院"使用。
①④ cũng được dùng với "病院".

⑤ を する（Ⅲ）
inject/give a shot
进行
Chích thuốc

注射 N4
shot/injection
打针；注射
Việc chích thuốc

⑥ を 打つ（Ⅰ）
give a shot
打；注射
Chích thuốc

⑦ を 飲む（Ⅰ）
take medicine
吃；服用
Uống

薬 N5
medicine
药
Thuốc

⑧ が 効く（Ⅰ）
take effect
有效；起效
Có công hiệu

⑨ が 強い
strong 强；强劲 Nặng
↔ 弱い
weak 弱；微弱 Nhẹ

198

B-38

①	医者に行く	・かぜをひいたので、**医者に**行って薬をもらった。 I caught a cold, so I went to the doctor and got some medicine. 感冒了，去医生那里开了药。 Do bị cảm nên tôi đi khám bác sĩ để lấy thuốc.
②	医者を呼ぶ	・祖母が急に具合が悪くなったので、うちに**医者を**呼んだ。 Grandma felt sick all of a sudden, so we called the doctor to our house. 祖母的情况突然恶化，我赶紧叫了医生来家里。 Bà tôi đột nhiên cảm thấy khó chịu nên tôi đã gọi bác sĩ đến nhà.
③	医者に｛見せる／見てもらう｝	・のどが痛いので、**医者に**｛見せ／見てもらっ｝た。 I had a sore throat, so I had the doctor {look} at it. 我喉咙很痛，就去看了医生。 Vì đau họng nên tôi đi cho bác sĩ xem. ※ "見てもらう" is more polite than "見せる"。/ "見てもらう"比"見せる"更加客气。/ Cách nói「見てもらう」thì lịch sự hơn「見せる」.
④	医者に通う	・父は脚が悪いので、週に1回、**医者に**通っている。 My father has a bad leg, so he visits the doctor once a week. 父亲腿脚不好，每周都要去看1次医生。 Ba tôi chân yếu nên một tuần phải đi bác sĩ một lần.
⑤	注射をする	・インフルエンザがはやっているので、予防**注射を**した。 The flu is making the rounds, so I got a vaccination. 因为现在流感盛行，我就去打了预防针。 Vì dịch cúm đang lây lan nên tôi chích thuốc phòng ngừa.
⑥	注射を打つ	・肩が痛いので、病院で肩に**注射を**打ってもらった。 His shoulder hurts, so he went to the clinic and was given a shot. 肩膀很痛，我去医院往肩上打了针。 Vì vai tôi bị đau nên tôi đã đến bệnh viện để chích thuốc.
⑦	薬を飲む	・あまりたくさん**薬を**飲むと、体に悪い。 Taking too much medicine is bad for you. 药吃太多的话，对身体不好。 Uống thuốc nhiều sẽ có hại cho sức khỏe.
⑧	薬が効く	・**薬が**よく効いて、熱が下がった。 Her fever dropped once the medicine took effect. 药很有效，烧退下去了。 Thuốc có công hiệu nên đã giảm sốt rồi.
⑨	薬が強い ↔ 弱い	・飲んだ**薬が**強すぎて、頭が痛くなった。 The medicine I took was too strong and it gave me a headache. 吃下去的药力太强，头开始痛了。 Vì thuốc tôi uống nặng quá nên tôi bị đau đầu. ・**薬が**弱くて、なかなか効かない。 The medicine was too weak and didn't have much effect. 药的药力太弱，没什么效果。 Thuốc quá nhẹ nên không có công hiệu.

1 ①〜④の形で使う言葉を、□□から全部選んで、[ ]の中に入れなさい。

| かぜ 熱 せき けが 血 傷 やけど |

① [   ] を する

② [   ] が 出る

③ [   ] が 止まる

④ [   ] が 治る

2 ①〜④の形で使う言葉を、□□から全部選んで[ ]の中に入れなさい。（ ）には左の____と反対の意味の言葉を入れなさい。

| かぜ 熱 せき 傷 やけど 薬 |

① [   ] が 高い ↔ （   ）

② [   ] が ひどい ↔ （   ）

③ [   ] が 浅い ↔ （   ）

④ [   ] が 強い ↔ （   ）

3 { }の中の正しい方を選んで○をつけなさい。

① 熱があるので、薬を { 入れた　飲んだ }。

② 毎週1回、医者に { 通って　訪ねて } いる。

③ 夜になって、昼間より熱が { 上がった　高まった }。

④ 道で転んで、足に傷が { 作られた　できた }。

4 { } の中の正しい方を選んで○をつけなさい。

① 病院でもらった薬は、とてもよく { 効く　感じる }。

② 今、学校でかぜが { はしって　はやって } いる。

③ 顔をドアにぶつけて、鼻から血が { 下りた　流れた }。

④ やけどがとても {重かった　熱かった} ので、入院した。

5 ＿＿の言葉が正しければ○を、間違っていれば直して、（　）に入れなさい。

① 傷を強く押さえて、血を止めた（→　　　　　　　　）。

② 熱を下がる（→　　　　　　　）ために、頭を冷やした。

③ 病気を治りたい（→　　　　　　　）なら、医者に行った方がいい。

④ ナイフで切った傷が、手に残して（→　　　　　　　　）いる。

6 ＿＿から言葉を選び、適当な形にして [ ] の中に入れなさい。1つの言葉は1回しか選べません。

ある　　する　　みる　　よぶ　　はかる

昨日、祖母が「体が熱くてとても気分が悪い」と言うので、熱を［①　　　　　　　］と、39℃も［②　　　　　　　］た。しっかり歩けなかったので、電話をかけて知り合いの医者を［③　　　　　　　］だ。［④　　　　　　　］てもらうと、かぜと疲れが原因だと言われた。注射を［⑤　　　　　　　］てもらって、しばらく寝ていたら、かなりよくなった。家族はみんな安心した。

7 （　）に何を入れますか。一番いいものを1～4から1つ選びなさい。

① 息子がかぜを（a　　）、私にも（b　　）しまった。

a. 1 して　　　　2 ひいて　　　　3 つけて　　　　4 かかって

b. 1 来て　　　2 出て　　　　3 入って　　　　4 うつって

② インフルエンザにならないように、病院で注射を（　　）もらった。

1 差して　　　2 当てて　　　3 打って　　　4 効いて

206

210

Index

211

Index

213

p16		③、⑤〜⑦は、[服][シャツ] だけでなく、サイズがあって体につける物全部に使える（ズボン、スカート、くつ、帽子、手袋、めがねなど）。
p17	②	「〜に着替える」という言い方もある。
p17	③	「〜に似合う」という言い方もある。
p18		③は、服、シャツ、帽子、手袋などにも使える。
p19	②	「〜にはき替える」という言い方もある。
p23	③	「はめる」の自動詞は「はまる（I）」。
p28		「お茶」は日本茶だけをいう場合と、いろいろな種類のお茶のことをいう場合がある。
p29	①	「ごはん」には「食事」の意味もある。
	⑤	「入れる」は、「コーヒー」などにも使う。
	⑥	「つぐ」は、「水」「お酒」などいろいろな飲み物にも使う。
	⑦	「出す」はいろいろな飲み物にも使う。また、お菓子や料理などにも使える。
p30		「お酒」は「日本酒」という意味もある。
p31	①	「酔う」だけでも使う。
	②	「お酒に強い↔弱い」という言い方もある。
	⑦	「お茶」や「コーヒー」などの熱い飲み物にも使う。
	⑧	「お茶」や「コーヒー」などの熱い飲み物にも使う。
p32		いいにおいは「匂い」、嫌なにおいは「臭い」と書くことが多い。
p35		「止める」は、ガスなどの火に使う。
p38		「部屋」は、「家の中の一つの部屋」という意味と、「アパートやマンションの自分の部屋」という意味がある。
		「ドア」を「戸」ということもある。
p39	⑥	「開ける↔閉める」「 開く↔閉まる」は、「窓」や「カーテン」などにも使う。
p43	①	「（お）風呂に入る」には、「バスタブに湯を入れて入る」「浴室で体を洗う」の2つの意味 がある。
	⑤	この「トイレ」は「トイレの水」の意味。
p44		①②は、テレビやラジオにも使える。
p49	⑦	電話が鳴っている途中で、鳴らなくなったときにも使う。

p49	⑧	「電話が来る」という言い方もある。
p51	⑥	「水道」の代わりに「水」も使う。
p53	①	「捨てる」は、「ごみをごみ箱に入れる」という意味もある。
p57	⑧	ここの「止める」は、タクシーを運転している人以外が、走っているタクシーを止めさせるという意味で、③とは意味が違う。
p61	①	「電車｛を／から｝バスに乗り換える」という言い方もある。
p66		小学校、中学校、高校、大学やその他の学校に使う。
p68		「授業」は、大学では「講義」ともいう。
p69	⑤	「取る」はいろいろな授業から選んで受けるという意味。
p71	②	「ページをめくる」という言い方もある。
	⑧	「宿題をすることを忘れる」と「やった宿題を持って来るのを忘れる」の2つの意味がある。
p73	①	「試験」は「テスト」よりも大きいものの場合が多い。
	③	「通る」「パスする」という動詞を使うこともある。
	③	入学のための試験は「入試」ともいう。
	③	「不合格だった」「不合格になった」という言い方もある。
	④	「行う」は「する」よりもかたい言い方
p74		「(テストなどの)点」にも使う。
p75	②	「アップする↔ダウンする」という動詞を使うこともある。
p78		⑩以外は、「アルバイト」にも使う。
p80		①～④は、会社以外の働く場所（学校、病院、ホテルなど）やその名前にも使う。
p81	①	「入社する」ともいう。
	⑥	「リストラする」の受身形。
	⑥	「会社をくびになる」という言い方もある。
p87	②	相手を言うときは、「〜にお金を払う」になる。
	④	相手を言うときは、「〜にお金を返す」になる。
	⑤	ATM を使った場合にも使う。
p89	③	相手を言うときは、「〜からおつりを｛もらう／受け取る｝」という。
p91	③	目的を言うときは助詞「〜に」を使う。

p91	⑦	「お金がある↔ない」には「お金持ちだ↔貧しい」という意味もある。
p97	④	「パソコンを落とす」という言い方もある。
p104		②③⑤⑩は LINE などの「メッセージ」にも使える。
p106		①〜⑦は「スマホ」、①〜⑥は「電話」にも使える。
p112		「日にち」は「日数」という意味もある。
p113	⑨	「日数が経つ」という意味もある。
p114		「予定（1）」は全体的な「計画」（「スケジュール」とも言える）のこと。
p116		「予定（2）」は、いつ・何をするか決まっている一つ一つのこと。
p121	③	二人で一緒にすることは「〜と約束をする」という。
p124		「時間（1）」は時刻のこと。
p125	⑧	人の場合は、「時間に正確だ」と言う。
p127	③	「だんだん来ている」と言いたいときは、「近づく」を使う。
		「締め切りが近い」という言い方もある。
p128		「時間（2）」は、始めと終わりのある幅のある時間のこと。
		①〜④は「日にち（日数の意味）」でも使う。
p132		「恋人」は男女、「彼」は男性、「彼女」は女性に使う。
		①〜④は「友だち」にも使える。
p133	③	「と」は「恋人」だけに使う。
	⑥	受身で「[恋人] [彼] [彼女] にふられる」もよく使う。
p134		①〜⑦は、「飲み会」「宴会」「忘年会」などいろいろな会やイベントに使う。
p136		「お祝い（1）」はお祝いのことば、「お祝い（2）」はお祝いに渡す品物やお金のこと。
		「お見舞いをする」は、お見舞いのために何かを渡すという意味。
p138		「お礼（1）」はお礼の品物など、「お礼（2）」はお礼のことばや行為のこと。
p139	④	「おわび（を）する」は、おわびのために何かを渡すという意味。
p141		人だけでなく、動物や植物にも使う。
p144		①〜⑤は「曲」、①〜④は「歌」にも使う。
p147	①	「弾く」は、他にもいろいろな弦楽器に使う。
	②	「演奏する」は、他にもいろいろな楽器に使う。

p147	③	「できる」は、他にも練習の必要ないろいろな楽器に使う。
	④	「たたく」は、他にもいろいろな打楽器に使う。
	⑤	「笛」には「ホイッスル」の意味もある。
	⑥	「吹く」は、他にもいろいろな管楽器に使う。
p148		乗り物のチケットの場合は「切符」ともいう。
p161	④	「溶ける」という漢字で書くこともある。
	⑤	「雪かきをする」ともいう。
p167	⑦	「豊かな自然」という形でもよく使う。
p169	②	台風が近づく場所をいうときは「〜に」を使う。
	④	書き言葉では「台風が去る」ということもある。
p171	②	「起きる」は他にもいろいろな災害に使う。
p177	①	Yes のときは「{頭／首}を縦にふる」、No のときは「{頭／首}を横にふる」とも言う。
	④	とてものどがかわいたときは、「のどがからからだ」ともいう。
p179	①	「美容院で髪を{切っ／カットし}てもらう」という言い方もある。
p181	⑥	お年よりに使うことが多い。
p183	①	「口を閉じる」は、「何も話さない」という意味もある。
	⑦	「歯医者で歯を抜いてもらう」という言い方もある。
	⑧	「歯がしみる」という言い方もある。
p185	⑤	「握手する」ともいう。
p186		全体の場合は「脚」、先だけの場合は「足」の漢字を使う。
p187	①	ひどくおなかがすいているときは、「おなかがぺこぺこだ」ともいう。
p190		漢字では「風邪」と書く。
		②〜⑧は「インフルエンザ（訳）」のような人にうつる病気にも使う。
p191	②	「病院にかかる」という言い方もある。
	⑧	「ひどい」は「熱」「せき」にも使う。
p197		「傷」は物にも使う。
p198		①と④は、「病院」にも使う。
p199	③	「見せる」より「見てもらう」の方がていねいな言い方。

1 衣

1　①着る　　②はく
　　③はく　　④かぶる

2　手袋　めがね　指輪　アクセサリー
　　ネクタイ　化粧

3　①しめる、結ぶ、直す、はずす
　　②はめる、留める、かける、はずす
　　③直す、落とす
　　④差す、開く、閉じる

4　①はめる ⇔ 取る、はずす
　　②かける ⇔ 取る、はずす
　　③つける、はめる ⇔ はずす
　　④つける ⇔ はずす

5　①派手な　　②ぶかぶか
　　③きつい　　④濃い　　⑤くずれた

6　①かけた　　②取れた　　③脱げて
　　④○　　⑤落ちて

7　①にあわ(似合わ)　②きつかっ
　　③かけよ　　④はずれて

8　①1　　②3　　③4

2 食

1　①消える　　②つく
　　③出す　　④わく　　⑤冷ます

2　①作る　　②とる
　　③つぐ　　④出す

3　①濃い、薄い　　②ぬるい
　　③強い、弱い
　　④いい、悪い、濃い、薄い、ない
　　⑤いい、悪い、ない

4　①が、ある　　②が、する
　　③を、かぐ　　④が、する
　　⑤を、つける

5　①する　　②かけ　　③み
　　④とめ(止め)　　⑤おろし

6　①4　　②a) 1　　b) 2

3 住

1　①開く　　②閉まる　　③つく
　　④消える　　⑤かける
　　⑥かかる　　⑦わかす　　⑧止まる

2　①上がる、上る ⇔ 下りる
　　②入れる、かける、つける
　　⇔ 切る、消す、止める
　　③入れる ⇔ 切る
　　④出す ⇔ 止める
　　⑤閉める、かける ⇔ 開ける

3　①トイレを出す
　　②電気が出る、電気がもれる
　　③ガスが開く　　④ごみをつなぐ

4　①した　　②取った
　　③出た　　④切れた

5　①遅れている　　②入りたい
　　③借りた　　④効かない

6　①あっ　　②きっ（切っ）
　　③あわせ(合わせ)　　④セットし
　　⑤なっ（鳴っ）

7　①1　　②4　　③2

4 交通

1　①破る　　②ある
　　③広い　　④まっすぐだ

2　タクシー、電車、自動車

3　①探す、通る　②止める、こぐ、押す
　　③遅れる、混む　④呼ぶ、運転する

218

4 ①〇 ②出て
③教えて ④狭くて

5 ①厳しくて ②迷って
③ひかれて ④またがる

6 ①のりおくれ（乗り遅れ）
②ひろっ（拾っ） ③こい
④まちがえ（間違え） ⑤きき（聞き）

7 ①1 ②1 ③4

5 学校

1 ①に、はいる（入る）②に、すすむ（進む）
③に、かよう（通う）④を、でる（出る）
⑤を、やめる ⑥に、でる（出る）
⑦を、やすむ（休む）
⑧に、うかる（受かる）

2 ①授業、試験 ②授業、試験
③宿題、問題、成績
④宿題、問題 ⑤成績

3 ①取った ②出た
③上がった ④伸びて

4 ①あった ②出た ③サボった
④取った ⑤閉じた ⑥なかった

5 ①ある ②で（出）
③ひらい（開い） ④めくり
⑤つく ⑥だす（出す）

6 ①3 ②4 ③1

6 仕事

1 ①低い／安い ②少ない ③下がる

2 ①仕事、が ②会社、に
③会社、で ④仕事・会社、を
⑤仕事・会社、を

3 ①している ②ある ③入る
④もらっている ⑤働いている

4 ①入った ②つく
③変えた ④リストラされて
⑤休める

5 ①で（出） ②つとめ（勤め）
③つぶれ ④なかっ
⑤きまっ（決まっ） ⑥いい
⑦あがっ（上がっ）

6 ① a) 1 b) 4 ②3

7 お金・買い物

1 お金、おつり、貯金

2 ①おつり ②お金
③値段 ④貯金

3 ①が、下がる ②が、減る
③を、返す
④ a.に／から b.に、貸す
⑤ a.に、渡す b.から

4 ①たまった ②少なく ③出して
④かけて ⑤換えた

5 ①たり（足り） ②つかっ（使っ）
③はらう（払う） ④たかかっ（高かっ）

6 ①1 ②2 ③3

8 情報・通信

1 ①つける ②閉じる
③小さい ④遅い

2 メール、インターネット、連絡

3 データ、ファイル

4 ①データ、ファイル、パソコン
②ファイル、メール、データ
③つなぐ、つながる、アクセスする
④閉じる、立ち上げる
⑤出す、打つ、チェックする
⑥ある、来る、つく

5 ①壊れて　②○
　③遅くて／重くて　④かけて
　⑤大きくて／重くて

6 ①打つ　②消えて
　③つながらない　④受けた
　⑤シャットダウンして

7 ①おくっ（送っ）　②ひらい（開い）
　③とどい（届い）　④もどっ（戻っ）
　⑤かけ　⑥つながら

8 ①2　②4　③3

1 ①破る　②遅れる
　③早める　④悪い

2 予定、休み、時間、約束、用事

3 ①取る、もらう、過ごす
　②立てる、組む
　③経つ、余る、延びる、来る、足りる
　④来る、過ぎる、早い
　⑤決まる、変わる

4 ①変わる　②かかる
　③入れる　④延びる
　⑤決まる　⑥つける

5 ①進めなければ　②早まった
　③○　④入った

6 ①入れた　②過ぎて
　③遅れて　④済ませて

7 ①し／してい　②なっ
　③きゅうな（急な）　④でき
　⑤まちがえ（間違え）　⑥かえ（変え）

8 ①1　②2　④4

10 人・交際

1 世話、お祝い、お見舞い、おわび、
　お礼、パーティー

2 お祝い、お見舞い、お礼

3 ①作る　②誘う、来る、行く、出る
　③言う、贈る　④渡す、送る、言う

4 ①来て　②開く／する
　③かけて　④なる　⑤○

5 ①身の回り　②品
　③行った　④かかる
　⑤招待した

6 ①しゅっせきする（出席する）
　②しな（品）　③かけ
　④つい　⑤ばれ　⑥ふられ

7 ①4　②3　③1

11 趣味・スポーツ

1 ピアノ、バイオリン、ギター

2 ①ピアノ、ギター、バイオリン
　②フルート　③ドラム

3 ①負ける、出る
　②チェックアウトする、予約する
　③ある、できる、多い
　④流す　⑤わく

4 ①かけて　②出して
　③泊まって　④○　⑤売れて、○

5 ①激しい　②できる
　③押さえた　④持って　⑤出て

6 ①ながれ（流れ）　②かけ
　③ひい（弾い）　④でき
　⑤つよい（強い）　⑥ある

7 ①3　②2　③3

12 天気

1 ①暗い　②強い
　③薄い　④近い

2 雨、風、雪、雷

3 ①光る、鳴る ②晴れる、曇る
③かく ④かかる、晴れる

4 ①広がって ②落ちて
③○ ④積もって

5 ①濡れて ②悪い
③弱い ④深い

6 ①残っ ②少なく
③多く ④かかっ

7 ①いい ②で(出)
③ふり(降り) ④つよく(強く)
⑤やん ⑥かわり(変わり)

8 ①2 ②1 ③4

13 自然・災害

1 ①ない ②低い
③小さい ④弱い

2 津波、地震、台風

3 ①来る、上陸する、過ぎる ②強い
③起きる、引く、大きい
④守る、壊す、破壊する

4 ①汚して ②おさまる
③目 ④○ ⑤起きた

5 ①少なく ②弱い
③近づいて ④残って ⑤引いた

6 ①ゆたかな(豊かな)
②おき(起き)／おきてい(起きてい)
③つよかっ(強かっ) ④たかい(高い)
⑤おさまる ⑥ない

7 ①1 ②2 ③3

14 体

1 ①目、耳、悪い ②足、遅い
③目、口、閉じる ④腕、脚、伸ばす

2 ①髪、歯 が ②髪、歯 が
③肩、腕、脚 を ④頭、首、手 を

3 ①つないだ ②たたいた
③握った ④届いた ⑤上げた

4 ①かわいた ②いっぱいで
③聞こえない ④つまって
⑤押さえる

5 ①差す ②しみる
③かんだら ④しびれた

6 ①曲がらない／曲げられない
②伸ばして
③○ ④抜いた ⑤見える

7 ①とかし ②きっ(切っ)
③そめ(染め) ④こっ ⑤たたい

8 ①3 ②2 ③3

15 病気・健康

1 ①せき、けが、やけど
②熱、せき、血
③せき、血
④かぜ、けが、傷、やけど

2 ①熱、低い
②かぜ、せき、やけど、軽い
③傷、深い ④薬、弱い

3 ①飲んだ ②通って
③上がった ④できた

4 ①効く ②はやって
③流れた ④重かった

5 ①○ ②下げる
③治したい ④残って

6 ①はかる(測る) ②あっ
③よん(呼ん) ④み(見) ⑤し

7 ①a)2 b)4 ②3

221

参考文献

安藤栄里子、恵谷容子、阿部比呂子、飯嶋 美知子（2014）『どんなときどう使う日本語語彙学習辞典』アルク

飯嶋美知子（監修・著）山田京子、吉田雅子、藤野安紀子（2017）『日本語能力試験直前対策 N5　もじ・ごい・ぶんぽう』国書刊行会

飯嶋美知子（監修・著）山田京子、吉田雅子、藤野安紀子（2018）『日本語能力試験直前対策 N4　文字・語彙・文法』国書刊行会

押尾和美、秋元美晴（2008）「新しい日本語能力試験のための語彙表・漢字表作成中間報告―新語彙表 ver.3 の完成まで（特集 語彙の研究と教育）」『日本語学』27（10）、36-49 頁

押尾和美、秋元美晴、武田明子、阿部洋子、高梨美穂、柳澤好昭、岩元隆一、石毛順子（2008）「新しい日本語能力試験のための語彙表作成に向けて」『国際交流基金日本語教育紀要』第 4 号、71-86 頁

国際交流基金（2002）『日本語能力試験 出題基準〔改訂版〕』凡人社

国際交流基金（2009）『新しい「日本語能力試験」ガイドブック概要版と問題例集 N4,N5 編』凡人社

国際交流基金（2012）『日本語能力試験 公式問題集 N5・N4』凡人社

国際交流基金（2018）『日本語能力試験 公式問題集 第二集 N5・N4・N3』凡人社

徳弘康代（2014）『日本語学習のためのよく使う順漢字 2200』三省堂

教科書

『初級日本語　げんき』Ⅰ・Ⅱ　ジャパンタイムズ

『できる日本語』初級、初中級　アルク

『日本語初級　大地』1・2　スリーエーネットワーク

『まるごと　日本のことばと文化』初級 1・2、初中級　国際交流基金

『みんなの日本語　初級 第 2 版』Ⅰ・Ⅱ　スリーエーネットワーク

参考サイト

「日本語読解学習支援システム　リーディング チュウ太」http://language.tiu.ac.jp/

「Nihongo-Pro」https://www.nihongo-pro.com/jp/

「現代日本語書き言葉均衡コーパス」https://shonagon.ninjal.ac.jp/

「NINJAL-LWP for TWC」http://nlt.tsukuba.lagoinst.info/search/

著者紹介

恵谷容子（えや ようこ）
早稲田大学 日本語教育研究センター 非常勤講師
［著書］
『どんなときどう使う　日本語語彙学習辞典』（共著、アルク）、『耳から覚える　日本語能力試験　語彙トレーニング N1』『同　N2』『同　N3』（以上共著、アルク）

飯嶋美知子（いいじま みちこ）
北海道情報大学 情報メディア学部 准教授
［著書］
『日本語能力試験　直前対策　N4 文字・語彙・文法』『同　N5 もじ・ごい・ぶんぽう』、『使う順と連想マップで学ぶ漢字＆語彙　日本語能力試験 N1』『同　N4・N5』（以上監修・著、国書刊行会）、『語彙マップで覚える漢字と語彙　中級 1500』（共著、J リサーチ出版）など。

◎翻訳：髙田裕子（英語）
　　　　Glen-Paul Amick（英語）
　　　　金雨卉（中国語）
　　　　Trần Công Danh（チャン・コン・ヤン）（ベトナム語）
◎本文・装丁デザイン：工藤亜矢子
◎イラスト：須山奈津希

きほんごりょく
基本語力アップ！
しょきゅう　　まな　　　　にほんご
初級から学ぶ　日本語コロケーション
Bump Up Your Basics! Japanese Collocations—Associative Learning for Beginners On

2020年　8月 23日　第1刷 発行
2024年　3月 14日　第4刷 発行

著者	恵谷容子・飯嶋美知子
発行人	岡野秀夫
発行所	くろしお出版
	〒102-0084　東京都千代田区二番町4-3
	Tel：03・6261・2867　　　Fax：03・6261・2879
	URL：http://www.9640.jp　Mail：kurosio@9640.jp
印刷	亜細亜印刷

ⓒ 2020 Yoko Eya, Michiko Iijima Printed in Japan
ISBN 978-4-87424-841-6　C2081

Yomujp
日本語多読道場
（にほんごたどくどうじょう）

無料の音声付き読み物教材
Reading and Listening materials for free

虫（むし）

パン（ぱん）

日本のまち「仙台」（にほんのまち「せんだい」）

学習者が興味を持つトピックについて、読み物をレベル別に掲載したウェブサイト。PCやスマホで気軽に読める。自習用や、日本語の授業に。